ഇന്ത്യൻ തിരഞ്ഞെടുപ്പു ചരിത്രം

indian thiranjeduppu charithram

•

k rajendran

•

first edition
march 2014

•

typesetting
megha

•

published
chintha publishers, thiruvananthapuram

•

printed at
Repro India Ltd, Mumbai.

•

cover
vinod

വിതരണം

ദേശാഭിമാനി ബുക്ക് ഹൗസ്

H O തിരുവനന്തപുരം–695 035
phone: 0471-2303026, 6063026
www.chinthapublishers.com
chinthapublishers@gmail.com

ബ്രാഞ്ചുകൾ

ഹെഡ്ഡാഫീസ് ബ്രാഞ്ച് കുന്നുകുഴി • സ്റ്റാച്യു തിരുവനന്തപുരം • കെ എസ് ആർ ടി സി ബസ് സ്റ്റേഷൻ ആലപ്പുഴ • കെ എസ് ആർ ടി സി ബസ് സ്റ്റേഷൻ എറണാകുളം • മച്ചിങ്ങൽ ലെയ്ൻ തൃശൂർ • ഐ ജി റോഡ് കോഴിക്കോട് • മാവൂർ റോഡ് കോഴിക്കോട് • എൻ ജി ഒ യൂണിയൻ ബിൽഡിങ് കണ്ണൂർ • സെൻട്രൽ ബസ് ടെർമിനൽ കോംപ്ലക്സ് താവക്കര കണ്ണൂർ

CO - 2044 / 3446

ഇന്ത്യൻ തിരഞ്ഞെടുപ്പു ചരിത്രം

കെ രാജേന്ദ്രൻ

ചിന്ത പബ്ലിഷേഴ്സ്
തിരുവനന്തപുരം-695 035

കെ രാജേന്ദ്രൻ

1976 മെയ് 19 ന് പാലക്കാട് ജില്ലയിലെ പട്ടാമ്പിക്കടുത്ത് ഞാങ്ങാട്ടിരിയിൽ ജനിച്ചു. പിതാവ്: കെ പത്മനാഭൻ, മാതാവ്: പി ദേവയാനി. നിയമത്തിൽ ബിരുദവും പത്ര പ്രവർത്തനത്തിൽ പി ജി ഡിപ്ലോമയും നേടി. പത്തുവർഷ ത്തോളം കൈരളി–പീപ്പിൾ ടി വിയുടെ ദില്ലി ലേഖകനായി രുന്നു. ഇപ്പോൾ തിരുവനന്തപുരത്ത് സീനിയർ ന്യൂസ് എഡിറ്റർ. മികച്ച ടി വി റിപ്പോർട്ടർക്കുള്ള സംസ്ഥാന സർക്കാരിന്റെ മാധ്യമ പുരസ്കാരം, വി കെ മാധവൻ കുട്ടി – കേരളീയം അവാർഡ്, സുരേന്ദ്രൻ നീലേശ്വരം സ്മാരക അവാർഡ്, യു എൻ ഡി പി മാധ്യമ ഫെലോഷിപ്പ്, സി എസ് ഇ പരിസ്ഥിതി മാധ്യമ ഫെലോഷിപ്പ്, പനസ് സൗത്ത് ഏഷ്യ മാധ്യമ ഫെലോഷിപ്പ് തുടങ്ങിയ നിരവധി അംഗീകാരങ്ങൾക്ക് അർഹനായി. *ഇന്ത്യ എന്ന വിസ്മയം, ക്യാപ്റ്റൻ ലക്ഷ്മിയുടെ ജീവിതകഥ, മലമുകളിലെ കഥ കൾ, അഞ്ച് പെൺകുട്ടികൾ, ആണവക്കരാർ അകവും പുറവും, വടക്കുകിഴക്കൻ ഗോത്രഗിരിനിരകളിലൂടെ* തുട ങ്ങിയ പുസ്തകങ്ങളുടെ രചയിതാവാണ്.

ഭാര്യ : അഡ്വ. സി ആർ മീന

മകൻ : അമതൻ

വിലാസം : മുദ്ര, സരസ്വതീഭവനം ലെയിൻ
(പി ഒ) പേരൂർക്കട
തിരുവനന്തപുരം
9447470170
krajendran6@gmail.com

ഉള്ളടക്കം

ആമുഖം

ഇന്ത്യൻ രാഷ്ട്രീയത്തിന്റെ ചരിത്രം പലതവണ രേഖപ്പെടുത്തിയിട്ടുള്ളതാണ്. പുതിയ സംഭവങ്ങൾ ഓരോ വർഷവും കൂട്ടിച്ചേർക്കപ്പെടുന്നുമുണ്ട്. രാഷ്ട്രീയ ചരിത്രവുമായി ഇഴപിരിയാത്ത ബന്ധമുണ്ടെങ്കിലും നമ്മുടെ തിരഞ്ഞെടുപ്പ് ചരിത്രം രേഖപ്പെടുത്തിയിട്ടില്ല. ഇന്ത്യൻ രാഷ്ട്രീയത്തിലെ അജയ്യനായ നേതാവായിരുന്നു ജവാഹർലാൽ നെഹ്റു. നെഹ്റു കുടുംബത്തിന്റെ തട്ടകം എന്ന പേരിലാണ് ഉത്തർപ്രദേശിലെ അലഹാബാദ്, ഫുൽപ്പൂർ മണ്ഡലങ്ങൾ അറിയപ്പെട്ടിരുന്നത്. 1952 ലെ ആദ്യ ലോകസഭാതിരഞ്ഞെടുപ്പിൽ അലഹാബാദിൽനിന്ന് നെഹ്റു വൻഭൂരിപക്ഷത്തോടെ വിജയിച്ചു. എന്നാൽ, അക്കാലത്തെ അലഹാബാദിലെ ജനസംഖ്യയുടെ ഇരുപത്തഞ്ച് ശതമാനത്തിന്റെ വോട്ടുപോലും നെഹ്റുവിന് ലഭിച്ചില്ല. രാജ്യചരിത്രത്തിലെ ഏറ്റവും കനത്ത പോളിങ് നടന്നത് 1984 ൽ ആയിരുന്നു. ഇന്ദിരാസഹതാപതരംഗം ആഞ്ഞടിച്ച തിരഞ്ഞെടുപ്പിൽ 63.56 ശതമാനം സമ്മതിദായകർ വോട്ട് രേഖപ്പെടുത്തി. കോൺഗ്രസ് 404 സീറ്റുകളുമായി ചരിത്രവിജയം നേടി. എന്നാൽ, എൺപത്തിനാലിൽ കോൺഗ്രസിന് ലഭിച്ചത് 49.1 ശതമാനം വോട്ടായിരുന്നു. ഏറ്റവും വലിയ വിജയം നേടിയപ്പോഴും പകുതിയോളം വോട്ടർമാരുടെ പിന്തുണ നേടാൻ ഇന്ത്യയിലെ ഏറ്റവും വലിയ രാഷ്ട്രീയ കക്ഷിക്കായില്ല. തിരഞ്ഞെടുപ്പ് ചരിത്രത്തിൽ വേറിട്ടു നിൽക്കുന്ന ഇത്തരം പ്രതിഭാസങ്ങൾ കാര്യമായി എവിടെയും ചർച്ച ചെയ്യപ്പെട്ടിട്ടില്ല. ഓരോ തിരഞ്ഞെടുപ്പിലേക്കും ജയപരാജയങ്ങൾ, മത്സരഫലങ്ങൾ എന്നിവയിലുമെല്ലാമുപരിയായി ഓരോ കാലത്തും പ്രകടമായ ഇത്തരം പ്രവണതകൾ എടുത്തുകാണിക്കാനാണ് ഇവിടെ ശ്രമിച്ചിട്ടുള്ളത്. ഓരോ തിരഞ്ഞെടുപ്പുകളിലും കർശനമായ സന്ദേശങ്ങളാണ് സമ്മതിദായകർ രാഷ്ട്രീയ പാർട്ടികൾക്കും നേതാക്കൾക്കും നൽകിയത്. ഇത് അവഗണിച്ചപ്പോ

ഴെല്ലാം പാർട്ടികളും നേതാക്കളും വൻ പരാജയങ്ങളിലേക്ക് കൂപ്പുകുത്തി. ആദർശധീരതകൊണ്ട് മാത്രം തിരഞ്ഞെടുപ്പിൽ ജയിക്കാനാകില്ലെന്ന സന്ദേശമാണ് 1952 ലെ തിരഞ്ഞെടുപ്പിൽ ബോംബെ സിറ്റി നോർത്തിലെ സമ്മതിദായകർ ഭരണഘടനാ ശിൽപ്പി ബി ആർ അംബേദ്കർക്ക് നൽകിയത്. 1971 ലെ വൻവിജയം ഇന്ദിരാഗാന്ധിയുടെ സോഷ്യലിസ്റ്റ് ആശയങ്ങൾക്ക് ജനങ്ങൾ നൽകിയ അംഗീകാരമായിരുന്നു. എന്നാൽ, ഇത് തന്റെ വ്യക്തിപ്രഭാവത്തിന് ലഭിച്ച അംഗീകാരമാണെന്ന് തെറ്റിദ്ധരിപ്പിച്ച് അടിയന്തരാവസ്ഥ പ്രഖ്യാപിച്ച ഇന്ദിരാഗാന്ധിയെ തൊട്ടടുത്ത തിരഞ്ഞെടുപ്പിൽ ജനങ്ങൾ കണക്കിന് ശിക്ഷിച്ചു. 1984 ൽ കോൺഗ്രസ് നേടിയ വൻ വിജയത്തിന്റെ പാഠം ഉൾക്കൊള്ളാൻ രാജീവ് ഗാന്ധിക്കായില്ല. നാനൂറ്റി നാല് സീറ്റുകളുടെ വൻഭൂരിപക്ഷവുമായി അധികാരത്തിൽ വന്ന രാജീവ് ഗാന്ധിസർക്കാരിനെ അപക്വവും അപകടകരവുമായ സാമുദായിക പ്രീണന നയങ്ങൾ (ബാബറി മസ്ജിദിന്റെ പൂട്ട് തുറന്നുകൊടുത്തതും ഷബാനു ബീഗം കേസിലെ സുപ്രീംകോടതി വിധി മറികടക്കാനായി പ്രത്യേക നിയമം കൊണ്ടുവന്നതും) സമീപ കാലത്തൊരിക്കലും തനിച്ച് ഭൂരിപക്ഷം കിട്ടാനാകാത്ത അവസ്ഥയിലേക്ക് കോൺഗ്രസിനെ കൊണ്ടുചെന്നെത്തിച്ചു. കൺകെട്ട് വിദ്യകൾകൊണ്ട് തിരഞ്ഞെടുപ്പിൽ ജയിക്കാനാവില്ലെന്ന താക്കീതാണ് (ഇന്ത്യ തിളങ്ങുന്നു) 2004 ൽ ജനങ്ങൾ ബി ജെ പിക്ക് നൽകിയത്. ശാസ്ത്രീയമെന്നും ആധികാരികമെന്നും പറഞ്ഞ് പടച്ചുവിടുന്ന തിരഞ്ഞെടുപ്പ് പ്രവചനങ്ങൾ 2004 ൽ ജനങ്ങൾ പുച്ഛിച്ച് തള്ളി. താഴെത്തട്ടിലെ ജനങ്ങളെ സ്വന്തം കാലിൽ നിൽക്കാൻ പ്രാപ്തരാക്കുന്ന ദേശീയ ഗ്രാമീണ തൊഴിലുറപ്പ് പദ്ധതിയും വനാവകാശ നിയമവുമെല്ലാമാണ് 2009 ൽ യു പി എ യെ വിജയിപ്പിച്ചത്. എന്നാൽ, ലക്ഷം കോടികളുടെ കുംഭകോണങ്ങൾ സൃഷ്ടിച്ച ഊർജിത കോർപ്പറേറ്റ് നയങ്ങളാണ് രണ്ടാം യു പി എ സർക്കാർ നടപ്പിലാക്കിയത്. ഇതിന് സമ്മതിദായകർ നൽകുന്ന ശിക്ഷ ഏറ്റുവാങ്ങാൻ കോൺഗ്രസ് നേതൃത്വം തയാറെടുത്തുകഴിഞ്ഞു.

തിരഞ്ഞെടുപ്പ് ചിഹ്നങ്ങൾ, മുദ്രാവാക്യങ്ങൾ, പ്രവചനങ്ങൾ, പരിഷ്കാരങ്ങൾ, വോട്ടിങ് രീതികൾ തുടങ്ങിയവയ്ക്കെല്ലാം സംഭവ ബഹുലമായ ചരിത്രമുണ്ട്. രാജ്യത്തെ ഏറ്റവും ജനപ്രിയ മുദ്രാവാക്യമായിരുന്ന 'ജയ് ജവാൻ ജയ് കിസാൻ' എന്നതിന്റെ ശിൽപ്പി മുൻ പ്രധാനമന്ത്രി ലാൽ ബഹദൂർ ശാസ്ത്രിയായിരുന്നു. അറുപതുകളിൽ മുഴങ്ങിക്കേട്ട ഈ മുദ്രാവാക്യത്തിന് ഇന്നും പ്രസക്തിയുണ്ട്. 2004 ലെ ബി ജെ പി യുടെ 'ഇന്ത്യ തിളങ്ങുന്നു' എന്ന മുദ്രാവാക്യം തയാറാക്കിയത് ഗ്രേ വേൾഡ് വൈഡ് എന്ന പരസ്യക്കമ്പനിയായിരുന്നു. കോടികൾ ചെലവഴിച്ചുള്ള പ്രചാരണം ബി ജെ പിയുടെ പരാജയത്തിന്റെ ആഴംകൂട്ടി. ലാൽ ബഹദൂർ ശാസ്ത്രിയുടെ മുന്നിൽ ഇന്ത്യയുടെ ഹൃദയമായിരുന്നെങ്കിൽ പരസ്യക്കമ്പനിയുടെ മുന്നിൽ വിപണിയായിരുന്നു. ഇത്തരം കാതലായ വിഷയങ്ങളിലേക്ക് വെളിച്ചം വീശാൻ ഈ പുസ്തകത്തിലൂടെ ശ്രമിച്ചിട്ടുണ്ട്.

*സമകാലിക മലയാളം വാരിക*യിൽ പരമ്പരയായി പ്രസിദ്ധീകരിച്ചുകൊണ്ടിരിക്കെ പലരും തിരുത്തലുകളും കൂട്ടിച്ചേർക്കലുകളും നിർദേശി

ച്ചിരുന്നു. അവയിലെ പലതും പുസ്തകത്തിൽ ഉൾക്കൊള്ളിച്ചിട്ടുണ്ട്. ഓരോ തിരഞ്ഞെടുപ്പിന് ശേഷവും അധികാരത്തിൽ വന്ന മന്ത്രിസഭകളിലെ മന്ത്രിമാരുടെ പട്ടിക ചേർക്കണമെന്നതായിരുന്നു ഒരു പ്രധാന നിർദേശം. 1952 മുതൽ 2009 വരെയുള്ള ക്യാബിനറ്റ് മന്ത്രിമാരുടെ പട്ടിക ഉൾക്കൊള്ളിച്ചിട്ടുണ്ട്.

ഇന്ത്യൻ തിരഞ്ഞെടുപ്പുകളെക്കുറിച്ച് ആഴത്തിലുള്ള ഗവേഷണം നടത്താൻ സഹായിച്ചവർ ഏറെയാണ്. പൊതുപ്രവർത്തകനായ ചെറിയാൻ ഫിലിപ്പ്, തിരഞ്ഞെടുപ്പ് വിശകലന വിദഗ്ധൻ എം എ ലാൽ, സ്വതന്ത്ര മാധ്യമ പ്രവർത്തകൻ പി വി ഷെബി എന്നിവരെ പ്രത്യേകം ഓർക്കുന്നു. വിജ്ഞാന കുതുകികൾക്കും ഇന്ത്യൻ രാഷ്ട്രീയത്തെ അടുത്തറിയാൻ ആഗ്രഹിക്കുന്നവർക്കും പ്രയോജനപ്പെടുമെന്ന പ്രതീക്ഷയോടെ പുസ്തകം സമർപ്പിക്കട്ടെ.

ബഹുമാനപൂർവം,

കെ രാജേന്ദ്രൻ

1

1952
അംബേദ്കറെ തോൽപ്പിച്ച ജനാധിപത്യം

ഭരണഘടനയുടെ അവസാന മിനുക്കുപണിയും കഴിഞ്ഞ് പാർലമെന്റിന്റെ സെൻട്രൽ ഹാളിൽനിന്ന് പുറത്തേക്കിറങ്ങവെ ഭരണഘടനയുടെ മുഖ്യ ശിൽപ്പി ബി ആർ അംബേദ്കറിന് ചുറ്റും അംഗങ്ങൾ കൂടി. രാജ്യം ആദ്യത്തെ തിരഞ്ഞെടുപ്പിലേക്ക് നീങ്ങുകയാണ്. അംബേദ്കർ എവിടെ മത്സരിക്കുമെന്നാണ് അവർക്ക് അറിയേണ്ടിയിരുന്നത്.

തെല്ലും സംശയമില്ലാതെ ആയിരുന്നു അംബേദ്കറുടെ മറുപടി.

"ബോംബെ സിറ്റി നോർത്ത്."

ചിലർ തിരുത്താൻ ശ്രമിച്ചു. ബോംബെ സിറ്റി നോർത്തിൽ ദളിത് വിഭാഗങ്ങൾ കുറവാണ് എന്ന് സമിതിയംഗമായ അല്ലാടി കൃഷ്ണസ്വാമി ഉപദേശിച്ചത്രെ. പക്ഷേ, അംബേദ്കർ വഴങ്ങിയില്ല. അദ്ദേഹം ബോംബെ സിറ്റി നോർത്ത് ദ്വയാംഗ മണ്ഡലത്തിൽ പ്രചാരണം തുടങ്ങി.

ദീപാവലിയെ വരവേൽക്കുന്നതുപോലെയാണ് ആദ്യ തിരഞ്ഞെടുപ്പിനെ വരവേറ്റത്. പ്രധാനമന്ത്രി നെഹ്റുവിന് പരിഭ്രാന്തിയും ആശങ്കയും ഉണ്ടായിരുന്നു. എന്നാൽ, കാർക്കശ്യക്കാരനായ ആദ്യ തിരഞ്ഞെടുപ്പ് കമീഷണർ സുകുമാർ സെന്നിന് തെല്ലും ഉൽക്കണ്ഠ ഉണ്ടായിരുന്നില്ല. അന്ന് ഇന്ത്യയിൽ 85 ശതമാനം പേർക്കും എഴുതാനും വായിക്കാനും അറിയില്ലായിരുന്നു. വോട്ടർമാരെ കണ്ടെത്തുക എന്ന ദുഷ്കരമായ ദൗത്യമായിരുന്നു ആദ്യകടമ്പ. അന്ധവിശ്വാസങ്ങളും അനാചാരങ്ങളുമെല്ലാം തിരഞ്ഞെടുപ്പ് സർവെയിൽ പ്രതിഫലിച്ചു. പലയിടങ്ങളിലും വോട്ടർ പട്ടികയിൽ പേര് ചേർക്കാൻ സ്ത്രീകൾ തയാറായില്ല. 'ഭർത്താവിന്റെ കൂടെ ഭാര്യ എന്ന് എഴുതിയാൽ മതി,' 'അച്ഛന്റെ പേരിന്റെ കൂടെ മകൾ എന്ന് എഴുതിയാൽ മതി' തുടങ്ങിയ ആവശ്യങ്ങൾ ഉയർന്നു. ഇത്തരം ആവശ്യങ്ങൾക്ക് സമുദായ സംഘടനകളുടെ പിന്തുണയും ലഭിച്ചു. പേര് വെളി

പ്പെടുത്താൻ ആഗ്രഹമില്ലാത്ത 20 ലക്ഷം വനിതാ വോട്ടർമാരെ സുകുമാർ സെൻ പട്ടികയിൽനിന്ന് നീക്കം ചെയ്തു. സർവെയും സൂക്ഷ്മ പരിശോധനയും കഴിഞ്ഞ് അന്തിമ പട്ടിക പ്രഖ്യാപിച്ചപ്പോൾ രാജ്യത്തെ വോട്ടർമാരുടെ എണ്ണം 17.6 കോടി. ഇവരിൽ 85 ശതമാനം പേർക്കും എഴുതാനും വായിക്കാനും അറിയില്ല. ഇവരെ എങ്ങനെ വോട്ട് രേഖപ്പെടുത്താൻ പഠിപ്പിക്കും?

സുകുമാർ സെൻ അതിനും വഴി കണ്ടു. ആകാശവാണിയും സിനിമാ തിയേറ്ററുകളുമായിരുന്നു മുഖ്യ ആശ്രയം. ആകാശവാണിയിലെ പരിപാടികൾക്കിടയിലും സിനിമകളുടെ തുടക്കത്തിലും ഹ്രസ്വമായ തിരഞ്ഞെടുപ്പ് ബോധവൽക്കരണ പരിപാടികൾ തുടങ്ങി. ഇത്തരം പരിപാടികൾ ഏറെ ജനപ്രിയമായി.

യുദ്ധസമാനമായ തയാറെടുപ്പുകളാണ് തിരഞ്ഞെടുപ്പിനായി നടന്നത്. 489 ലോകസഭാ സീറ്റുകളിലേക്കും 3,283 നിയമസഭാ സീറ്റുകളിലേക്കുമായി മത്സരിച്ചത് 17,500 സ്ഥാനാർഥികൾ. വോട്ട് രേഖപ്പെടുത്തി പെട്ടികളിലിടുന്നതിനായി 2,24,000 പോളിങ് ബൂത്തുകൾ സജ്ജമാക്കി. 8,200 ടൺ ഉരുക്ക് ഉപയോഗിച്ചാണ് 20 ലക്ഷം ബാലറ്റ് പെട്ടികൾ നിർമിച്ചത്. വോട്ട് രേഖപ്പെടുത്തിയവരുടെ വിരലുകളിൽ അടയാളമിടുന്നതിനായി 3,89,816 ചെറുകുപ്പികളിൽ മഷി ബൂത്തുകളിലെത്തിച്ചു. ക്രമസമാധാനം ഉറപ്പുവരുത്തുന്നതിനായി 2,24,000 പൊലീസുകാരെ പോളിങ് ബൂത്തുകൾക്ക് സമീപം വിന്യസിച്ചു.

14 ദേശീയ പാർട്ടികൾ ഉൾപ്പെടെ 54 പാർട്ടികൾ ആദ്യ തിരഞ്ഞെടുപ്പിൽ മത്സരിച്ചു. ഇന്ത്യൻ നാഷണൽ കോൺഗ്രസ്, കമ്യൂണിസ്റ്റ് പാർട്ടി, ജെ പി കൃപലാനിയുടെ കിസാൻ മസ്ദൂർ പ്രജാ പാർട്ടി, ജയപ്രകാശ് നാരായണന്റെ സോഷ്യലിസ്റ്റ് പാർട്ടി, ശ്യാമപ്രസാദ് മുഖർജിയുടെ നേതൃത്വത്തിലുള്ള ജനസംഘം, ബി ആർ അംബേദ്കറുടെ നേതൃത്വത്തിലുള്ള പട്ടികജാതി സ്റ്റേറ്റ് ഫെഡറേഷൻ തുടങ്ങിയവയായിരുന്നു തിരഞ്ഞെടുപ്പ് രംഗത്ത് സജീവമായി ഉണ്ടായിരുന്ന പാർട്ടികൾ. പ്രചാരണ രംഗത്ത് കോൺഗ്രസ് ഏറെ മുന്നിലായിരുന്നു. വൻവിജയം നേടുന്നതിനായി നെഹ്റു തന്റെ ഊർജം മുഴുവൻ പുറത്തെടുത്തു. പ്രചാരണത്തിനായി അദ്ദേഹം നാൽപ്പതിനായിരം കിലോമീറ്ററിലേറെ താണ്ടി. മുന്നൂറോളം റാലികളെ അഭിസംബോധന ചെയ്തു. രണ്ട് കോടിയോളം വോട്ടർമാരോട് നെഹ്റു നേരിട്ട് വോട്ട് അഭ്യർഥിച്ചു. പ്രചാരണ പരിപാടികൾ കഴിഞ്ഞപ്പോൾ നെഹ്റു ക്ഷീണിതനായിരുന്നു. ചെറിയൊരു നിരാശയും മുഖത്ത് നിഴലിച്ചിരുന്നതായി നെഹ്റുവിന്റെ ജീവചരിത്രകാരനായ എസ് ഗോപാൽ നിരീക്ഷിച്ചിരുന്നു. വിജയിക്കും, വൻവിജയം നേടും. പക്ഷേ, പ്രതീക്ഷിക്കുന്നതുപോലുള്ള വിജയം ഉണ്ടാവില്ലെന്ന് നെഹ്റു വിശ്വസ്തരോട് പറഞ്ഞിരുന്നത്രെ.

314 ഏകാംഗ മണ്ഡലങ്ങളും 172 ദ്വയാംഗ മണ്ഡലങ്ങളും മൂന്ന് ത്രയാംഗ മണ്ഡലങ്ങളുമടക്കം 489 മണ്ഡലങ്ങളിലാണ് വോട്ടെടുപ്പ് നട

ന്നത്. 1951 ഒക്ടോബർ 25 ന് ഹിമാചൽപ്രദേശിലെ ചിനിതഹ്സിൽ ബൂത്തിലായിരുന്നു സ്വതന്ത്ര ഇന്ത്യയിലെ ആദ്യ വോട്ടെടുപ്പ്. ബുദ്ധ സന്യാസികളുടെ വിഹാരകേന്ദ്രമായ ഇവിടുത്തെ പോളിങ് മഞ്ഞു വീഴ്ചയ്ക്ക് മുമ്പ് പൂർത്തിയാക്കി. 1951 ഒക്ടോബർ 25 ന് ആരംഭിച്ച പോളിങ് 1952 ഫെബ്രുവരി 21 വരെ നീണ്ടു. 17.6 കോടി വോട്ടർമാരിലെ 46.66 ശതമാനം വോട്ടർമാർ വോട്ട് രേഖപ്പെടുത്തി. സ്വതന്ത്ര ഇന്ത്യയിലെ പകുതിയോളം വോട്ടർമാർ വോട്ടെടുപ്പിൽ പങ്കെടുത്തില്ല. എന്നാൽ അന്നത്തെ ഭൗതിക സാഹചര്യങ്ങളുമായി താരതമ്യം ചെയ്യുമ്പോൾ ഇത് മെച്ചപ്പെട്ട പോളിങ് ആയിരുന്നു.

പ്രതീക്ഷിച്ചതുപോലെ കോൺഗ്രസ് വൻ വിജയം നേടി. 489 ലോകസഭാ സീറ്റുകളിലെ 361 സീറ്റുകളിൽ (74 ശതനമാനം സീറ്റുകൾ) കോൺഗ്രസ് വിജയിച്ചു. എന്നാൽ, കോൺഗ്രസിന് കിട്ടിയതാകട്ടെ 45 ശതമാനം വോട്ട്. പ്രതിപക്ഷ പാർട്ടികളെല്ലാം ധാരണയോടെ മത്സരിച്ചിരുന്നെങ്കിൽ കോൺഗ്രസിന് കനത്ത പരാജയം ഏറ്റുവാങ്ങേണ്ടി വരുമായിരുന്നു. അലഹാബാദിൽനിന്ന് ജവാഹർലാൽ നെഹ്റു വൻഭൂരിപക്ഷത്തോടെ വിജയിച്ചു. പക്ഷേ, അലഹാബാദിലെ വോട്ടർമാരിലെ 25 ശതമാനം പോലും നെഹ്റുവിന് വോട്ട് ചെയ്തില്ല. കമ്യൂണിസ്റ്റുപാർട്ടിക്ക് 23 സീറ്റും 4.6 ശതമാനം വോട്ടും ലഭിച്ചു. സോഷ്യലിസ്റ്റ് പാർട്ടിയുടെ പ്രകടനം നിരാശാജനകമായിരുന്നു. 12 സീറ്റും 10.6 വോട്ടും മാത്രമാണ് സോഷ്യലിസ്റ്റ് പാർട്ടിക്ക് കിട്ടിയത്. കിസാൻ മസ്ദൂർ പ്രജാ പാർട്ടി 9 സീറ്റും 5.8 ശതമാനം വോട്ടും നേടി. ഹിന്ദുത്വ പാർട്ടികളുടെ പ്രകടനം ദയനീയമായിരുന്നു. ജനസംഘത്തിന് 3 സീറ്റും 3.1 ശതമാനം വോട്ടും ഹിന്ദു മഹാസഭയ്ക്ക് 4 സീറ്റും 0.95 ശതമാനം വോട്ടും രാമരാജ്യ പരിഷത്തിന് 3 സീറ്റും 2.03 ശതമാനം വോട്ടും ലഭിച്ചു. ഏറ്റവും വലിയ അട്ടിമറി നടന്നത് മുംബൈ സിറ്റി നോർത്ത് മണ്ഡലത്തിലായിരുന്നു. ഭരണഘടനാ ശിൽപ്പിയും ആദ്യ നിയമമന്ത്രിയും ദളിതരുടെ വിമോചകനുമായ ബി ആർ അംബേദ്കർ ദയനീയമായി പരാജയപ്പെട്ടു. പാൽ വിൽപ്പനക്കാരനും രാഷ്ട്രീയത്തിൽ കാര്യമായ പരിചയമൊന്നും ഇല്ലാത്തയാളുമായ കോൺഗ്രസ് സ്ഥാനാർഥി കജ്രോൽക്കർ ആണ് അംബേദ്കറെ അട്ടിമറിച്ചത്.

അന്ന് ബോംബെ നഗരത്തിൽ മുഴങ്ങിയ ഒരു മുദ്രാവാക്യം:

"കുഥെ തൊ ഖട്നാകർ അംബേദ്കർ അതി കുഥെ ഹാ ലോനിവിക്യ കജ്രോൽക്കർ."

(എവിടെ, ഗംഭീര ഭരണഘടനാ നിർമാതാവ് അംബേദ്കർ? എവിടെ ശുംഭൻ വെണ്ണക്കാരൻ കജ്രോൽക്കർ?)

കോൺഗ്രസ് സമർഥമായി പ്രയോഗിച്ച വർഗീയ കാർഡാണ് അംബേദ്കറെ തോൽപ്പിച്ചത്. കാശ്മീർ പ്രശ്നത്തിൽ അംബേദ്കർ ഇന്ത്യാ വിരുദ്ധ സമീപനം കൈക്കൊണ്ടുവെന്നതായിരുന്നു കോൺഗ്രസിന്റെ പ്രധാന പ്രചാരണം. ഈ പ്രചാരണം മണ്ഡലത്തിലെ ദളിത് വോട്ടർമാരെപ്പോലും സ്വാധീനിച്ചു. ദളിതനായ അംബേദ്കറെ പ്രഥമ രാഷ്ട്രപതി

യാക്കണമെന്ന് അഭിപ്രായപ്പെട്ടിരുന്ന മഹാത്മാഗാന്ധി മഹാനായ ദളിത് നേതാവിന്റെ പതനം നേരിൽ കാണാൻ ജീവിച്ചിരിപ്പുണ്ടായിരുന്നില്ല.

എ കെ ഗോപാലൻ കണ്ണൂരിൽനിന്നും ഫിറോസ് ഗാന്ധി പ്രതാപ്ഘഡിൽനിന്നും ശ്യാമപ്രസാദ് മുഖർജി കൽക്കട്ട സൗത്ത് ഈസ്റ്റിൽ നിന്നും വിജയലക്ഷ്മി പണ്ഡിറ്റ് ലഖ്നൗവിൽനിന്നും വിജയിച്ചു. തലസ്ഥാന നഗരിയായ ന്യൂഡൽഹിയിൽ വിജയിച്ചത് കിസാൻ മസ്ദൂർ പ്രജാ പാർട്ടി നേതാവ് സുചേതാ കൃപലാനിയായിരുന്നു. ഹൈദരാബാദിൽനിന്ന് വിജയിച്ച കമ്യൂണിസ്റ്റുപാർട്ടി സ്ഥാനാർഥി രവിനാരായൺ റെഡ്ഡിക്കാണ് ഏറ്റവും വലിയ ഭൂരിപക്ഷം ലഭിച്ചത്. കോയമ്പത്തൂരിൽനിന്ന് കോൺഗ്രസ് സ്ഥാനാർഥി രാമലിംഗ ചെട്ടിയാർ എതിരില്ലാതെ തിരഞ്ഞെടുക്കപ്പെട്ടു.

കോൺഗ്രസ് വൻവിജയം നേടിയെങ്കിലും ഇന്ത്യൻ രാഷ്ട്രീയത്തിന്റെ ബഹുസ്വരത വിളിച്ചോതുന്നതായിരുന്നു ആദ്യ തിരഞ്ഞെടുപ്പ് ഫലം. 74 ശതമാനം സീറ്റുകളിൽ വിജയിച്ച കോൺഗ്രസിന് 45 ശതമാനം വോട്ട് മാത്രം കിട്ടാനുള്ള കാരണവും ഇതുതന്നെയാണ്. തിരഞ്ഞെടുപ്പ് ഫലം നൽകിയ ആത്മവിശ്വാസത്തോടെ നെഹ്റു സർക്കാർ ഭരണം ആരംഭിച്ചു.

ജവാഹർലാൽ നെഹ്റു മന്ത്രിസഭ

പ്രധാനമന്ത്രി : ജവാഹർലാൽ നെഹ്റു.

ജവാഹർലാൽ നെഹ്റു (വിദേശകാര്യം), മൗലാനാ അബ്ദുൾകലാം ആസാദ് (വിദ്യാഭ്യാസം, ശാസ്ത്രം, പ്രകൃതിവിഭവം), എൻ ഗോപാല സ്വാമി അയ്യങ്കാർ (പ്രതിരോധം), ജഗ്ജീവൻ റാം (വാർത്താവിനിമയം), രാജ്കുമാരി അമൃത്കൗർ (ആരോഗ്യം), സി ഡി ദേശ്മുഖ് (ധനകാര്യം), ഗുൽസാരിലാൽ നന്ദ (ഊർജം, ജലസേചനം, ആസൂത്രണം), കൈലാസ് നാഥ് കഡ്ജു (ആഭ്യന്തരം), റാഫി അഹമ്മദ് കിദ്വായ് (ഭക്ഷ്യം, കൃഷി), ടി ടി കൃഷ്ണമാചാരി (വ്യവസായം, വാണിജ്യം), സി ഡി ബിശ്വാസ് (നിയമം, ന്യൂനപക്ഷ ക്ഷേമം), ലാൽബഹദൂർ ശാസ്ത്രി (ഗതാഗതം), സ്വരൺ സിങ് (ഭവനം), വി വി ഗിരി (തൊഴിൽ), കെ സി റെഡ്ഡി (നിർമാണം).

ഇതിനുപുറമെ ക്യാബിനറ്റ് പദവിയുള്ള 5 സഹമന്ത്രിമാരും 15 ഉപ മന്ത്രിമാരും മന്ത്രിസഭയിൽ ഉണ്ടായിരുന്നു.

തിരഞ്ഞെടുപ്പ് ഫലം 1952

പാർട്ടി	സീറ്റുകൾ	വോട്ടിങ് ശതമാനം
ഐ എൻ സി	364	45%
കമ്യൂണിസ്റ്റുപാർട്ടി	23	4.6%
സോഷ്യലിസ്റ്റുപാർട്ടി	12	10.6%
കെ എം പി പി	9	5.8%
ജനസംഘം	3	3.1%
ഹിന്ദു മഹാസഭ	4	0.95%

തിരു കൊച്ചിയിൽനിന്ന് വിജയിച്ചവർ

മണ്ഡലം	പേര്	പാർട്ടി
നാഗർകോവിൽ	എ നേശമണി	ടി ടി സി
തിരുവനന്തപുരം	ആനി മസ്ക്രീൻ	സ്വതന്ത്രൻ
ചിറയിൻകീഴ്	വി പരമേശ്വരൻ നായർ	സ്വതന്ത്രൻ
കൊല്ലം-മാവേലിക്കര (ദ്വയാംഗം)	1. ശ്രീകണ്ഠൻ നായർ 2. ആർ വേലായുധൻ	ആർ എസ് പി സ്വതന്ത്രൻ
ആലപ്പുഴ	പി ടി പുന്നൂസ്	സ്വതന്ത്രൻ
തിരുവല്ല	സി പി മാത്യു	കോൺഗ്രസ്
മീനച്ചിൽ	പി ടി ചാക്കോ	കോൺഗ്രസ്
കോട്ടയം	സി പി മാത്യു	കോൺഗ്രസ്
എറണാകുളം	എം എം തോമസ്	കോൺഗ്രസ്
ചെങ്ങന്നൂർ	കെ ടി അച്യുതൻ	കോൺഗ്രസ്
തൃശൂർ	സി ഇയ്യുണ്ണി	കോൺഗ്രസ്

2

1957
ഇത് നിങ്ങളുടെ വോട്ട്

രണ്ടാം ലോകസഭയിലേക്ക് തിരഞ്ഞെടുപ്പ് നടന്നത് 1957 ഫെബ്രുവരി 24 മുതൽ മാർച്ച് 14 വരെ. 1952 ൽ രൂപീകരിച്ച നെഹ്റു സർക്കാരിന്റെ അവസാന മന്ത്രിസഭായോഗം 1954 ജനുവരി 8 ന് നടന്നു. വൻ വിജയം നേടാനാകുമെന്ന കാര്യത്തിൽ നെഹ്റുവിന് തെല്ലും സംശയമില്ലായിരുന്നു. മഹാത്മാഗാന്ധി വധത്തിനുശേഷം ഹിന്ദുത്വ ശക്തികൾ രാജ്യത്ത് ദുർബലമായി. ഹിന്ദുമഹാസഭയും ഹിന്ദുപ്രജാപരിഷത്തും ജനങ്ങളിൽനിന്ന് അകന്നു. ആർ എസ് എസ് മുൻകൈയെടുത്ത് ശ്യാമപ്രസാദ് മുഖർജിയെ അധ്യക്ഷനാക്കി 1951 ൽ രൂപീകരിച്ച ജനസംഘം ഹിന്ദുത്വയുടെ തിരിച്ചുവരവിനായി കഠിന പ്രയത്നം നടത്തി. കാശ്മീർ പ്രശ്നമായിരുന്നു ശ്യാമപ്രസാദ് മുഖർജിയുടെ പ്രധാന ആയുധം. ജമ്മു കാശ്മീരിന് നൽകിയ പ്രത്യേക പദവി പിൻവലിക്കണമെന്നാവശ്യപ്പെട്ട് മുഖർജി നടത്തിയ സമരം ദേശീയ ശ്രദ്ധ ആകർഷിച്ചു. സ്വാതന്ത്ര്യസമരത്തിന്റെ ഭാഗമായി ഒരുദിവസംപോലും നിരാഹാരം അനുഷ്ഠിക്കാത്ത നേതാവാണ് ശ്യാമപ്രസാദ് മുഖർജി. അദ്ദേഹം ജമ്മുകാശ്മീരിന്റെ പ്രത്യേക പദവി പിൻവലിക്കണമെന്നാവശ്യപ്പെട്ട് ശ്രീനഗർ ജയിലിൽ അനിശ്ചിതകാല നിരാഹാരസമരം ആരംഭിച്ചു. കാശ്മീരിനെ ഇന്ത്യയിൽ ചേർക്കുമ്പോൾ നൽകിയ ഉറപ്പുകൾ നെഹ്റു സർക്കാർ ലംഘിക്കുന്നുവെന്ന ഷെയ്ഖ് അബ്ദുള്ളയുടെ പരാതി, വീണ്ടുമൊരു യുദ്ധത്തിന് കോപ്പുകൂട്ടുന്ന പാകിസ്ഥാൻ, പ്രശ്നം അന്താരാഷ്ട്രവൽക്കരിക്കാൻ ദത്തശ്രദ്ധരായ അമേരിക്ക തുടങ്ങിയവരുടെ എല്ലാം ഇടയിൽപ്പെട്ട് നെഹ്റു കുഴങ്ങി. ഇതിനിടയിൽ 1953 ജനുവരി 23 ന് ശ്യാമപ്രസാദ് മുഖർജി നിരാഹാര സമരത്തിനൊടുവിൽ ജയിലിൽ കിടന്ന് മരിച്ചു. മുഖർജിയുടെ മരണം ജമ്മുവിലും പല ഉത്തരേന്ത്യൻ നഗരങ്ങളിലും സംഘർഷമു

ണ്ടാക്കി. എന്നാൽ, വലിയ രാഷ്ട്രീയ മുന്നേറ്റമായി മാറിയില്ല. ശ്യാമപ്രസാദ് മുഖർജിയെപ്പോലെ തലയെടുപ്പുള്ള മറ്റൊരു നേതാവിന്റെ അഭാവം ജനസംഘത്തെ തളർത്തി. അവസാന മന്ത്രിസഭായോഗത്തിൽ ജവാഹർലാൽ നെഹ്റു രാജ്യത്തെ അനുകൂല സാഹചര്യവും തന്റെ പ്രതീക്ഷകളും വിശദീകരിച്ചു.

> ജനസംഘത്തിന് ശ്യാമപ്രസാദ് മുഖർജിയെപ്പോലുള്ള ഒരു നേതാവില്ല. കാശ്മീർ പ്രശ്നം ജനസംഘം ഉയർത്തിക്കാണിക്കുമ്പോൾ ഹിന്ദു കോഡ് ബില്ലിനെ ജനസംഘം നേതാക്കൾ എതിർത്ത കാര്യം പ്രചാരണ വിഷയമാക്കണം. ജയപ്രകാശ് നാരായണൻ രാഷ്ട്രീയ പ്രവർത്തനം നിർത്തിയതോടെ സോഷ്യലിസ്റ്റുകൾ ദുർബലരായി. കേരളത്തിന്റെയും ബംഗാളിന്റെയും ഒറീസയുടെയും കാര്യത്തിൽ ആശങ്കപ്പെടേണ്ടതില്ല. എന്നാൽ, ആന്ധ്ര കമ്യൂണിസ്റ്റുകൾ പിടിക്കാനുള്ള സാധ്യതയുണ്ട്. ആദ്യ തിരഞ്ഞെടുപ്പിൽ നമുക്ക് കിട്ടിയത് 45 ശതമാനം വോട്ടാണ്. ഇത്തവണ അമ്പത് ശതമാനം കടന്നേ തീരൂ.

ഹിന്ദു വിവാഹ നിയമം, ഹിന്ദു പിന്തുടർച്ചാവകാശം തുടങ്ങിയവയുടെ യഥാർഥ ശിൽപ്പി പ്രഥമ നിയമമന്ത്രി ബി ആർ അംബേദ്കറായിരുന്നു. എന്നാൽ, നിയമം ലോകസഭ പാസാക്കുമ്പോൾ അദ്ദേഹം ലോകസഭാംഗമായിരുന്നില്ല. 1952 ലെ ആദ്യ തിരഞ്ഞെടുപ്പിൽ മുംബൈയിൽ പരാജയപ്പെട്ടത് അംബേദ്കറെ തളർത്തിയിരുന്നു. പരാജയത്തിനുശേഷം അംബേദ്കർ രാജ്യസഭാംഗമായി. എന്നാൽ, രോഗങ്ങളും കടുത്ത നിരാശയും അവസാന നാളുകളിൽ അംബേദ്കറെ നിഷ്ക്രിയനാക്കി. ദളിതരുടെയും ദരിദ്രരുടെയും മോചനത്തിനായി ധീരതയോടെ ശബ്ദമുയർത്തിയിരുന്ന ആ രാജ്യസ്നേഹി 1956 ൽ അന്തരിച്ചു. ഇടക്കാല സർക്കാരിന്റെ കാലത്ത് അംബേദ്കർ നിയമമന്ത്രി ആയിരിക്കെ അദ്ദേഹം ശുഷ്കാന്തിയോടെ തയാറാക്കിയ ഹിന്ദു വിവാഹ നിയമവും ഹിന്ദു പിന്തുടർച്ചാവകാശ നിയമവും നെഹ്റു സർക്കാർ പാസാക്കി. ഹിന്ദുമതത്തിൽപ്പെട്ട സ്ത്രീകൾക്ക് നീതിലഭിക്കുന്ന പുതിയ നിയമം ആദ്യ സർക്കാരിന്റെ ഏറ്റവും വലിയ ഭരണ നേട്ടമായി തിരഞ്ഞെടുപ്പിൽ കോൺഗ്രസ് ഉയർത്തിക്കാട്ടി.

അസാധാരണമായ നേതൃപാടവത്തോടെ ഒന്നാം ലോകസഭാ തിരഞ്ഞെടുപ്പിന് നേതൃത്വം നൽകിയ സുകുമാർ സെൻ തന്നെയായിരുന്നു രണ്ടാം ലോകസഭാ തിരഞ്ഞെടുപ്പ് വേളയിലും മുഖ്യ വരണാധികാരി. ആദ്യ തിരഞ്ഞെടുപ്പിലെ പോരായ്മകൾ പരിഹരിക്കാൻ സെൻ തീവ്ര പരിശ്രമം നടത്തി. *ഇത് നിങ്ങളുടെ വോട്ട്* എന്ന പേരിൽ വാർത്താ പ്രക്ഷേപണമന്ത്രാലയം നിർമിച്ച ഡോക്യുമെന്ററി ആയിരുന്നു പ്രധാന പ്രചാരണ ഇനങ്ങളിലൊന്ന്. പതിമൂന്ന് ഭാഷകളിലായി ഇറക്കിയ ഡോക്യുമെന്ററി 74,000 സിനിമാ ഹാളുകളിൽ പ്രദർശിപ്പിച്ചു. സിനിമ കാണാനായി ഹാളുകളിൽ തള്ളിക്കയറിയ സ്ത്രീകളിലെ വലിയൊരു വിഭാഗം

വോട്ടർമാരായി. ഇരുപതുകോടി വോട്ടർമാരെ വോട്ട് ചെയ്യിക്കുന്നതിനായി അന്ന് തിരഞ്ഞെടുപ്പ് കമീഷൻ നാലരകോടി രൂപ ചെലവഴിച്ചു. 312 ഏകാംഗമണ്ഡലങ്ങളിലും 182 ദ്വയാംഗ മണ്ഡലങ്ങളിലുമായി ആകെ 494 ലോകസഭാ മണ്ഡലങ്ങളിലാണ് വോട്ടെടുപ്പ് നടന്നത്. ഏറ്റവും ഉയർന്ന പോളിങ് നടന്നത് കേരളത്തിൽ, 66.05 ശതമാനം. കുറഞ്ഞ പോളിങ് ഒഡീഷയിൽ, 34.88 ശതമാനം. രാജ്യത്തെ ആകെ വോട്ടർമാരിലെ 45.44 ശതമാനം പേർ വോട്ട് രേഖപ്പെടുത്തി. ജനസംഖ്യയിലെ പകുതിയിലധികം പേർ വോട്ട് രേഖപ്പെടുത്തിയില്ല. ഇന്ത്യയുടെ പുകൾപ്പെറ്റ ജനാധിപത്യം രണ്ടാം തിരഞ്ഞെടുപ്പിലും ഭൂരിഭാഗം വരുന്ന ജനങ്ങളിൽനിന്ന് അകന്നു നിൽക്കുന്ന ഒരു സമ്പ്രദായമായി തുടരുന്നു.

തിരഞ്ഞെടുപ്പിൽ കോൺഗ്രസ് വൻവിജയം നേടി. ആകെയുള്ള 494 മണ്ഡലങ്ങളിലെ 371 മണ്ഡലങ്ങളിൽ കോൺഗ്രസ് വിജയിച്ചു. ഉത്തരേന്ത്യയിലെ 226 സീറ്റുകളിലെ 195 ഉം കോൺഗ്രസിന് കിട്ടി. 27 സീറ്റുകളുമായി സി പി ഐ രണ്ടാം സ്ഥാനത്തെത്തി. പ്രജാ സോഷ്യലിസ്റ്റ് പാർട്ടിക്ക് 19 സീറ്റും ജനസംഘത്തിന് നാല് സീറ്റും ലഭിച്ചു.

ജവാഹർലാൽ നെഹ്റു യു പിയിലെ ഫുൽപ്പൂരിൽനിന്നും ലാൽ ബഹദൂർ ശാസ്ത്രി അലഹാബാദിൽനിന്നും മൊറാർജി ദേശായി സൂറത്തിൽനിന്നും വിജയിച്ചു. പ്രതിപക്ഷ നേതാവ് എ കെ ഗോപാലൻ കാസർഗോഡുനിന്ന് തിരഞ്ഞെടുക്കപ്പെട്ടു. പരാജയപ്പെട്ടവരിൽ പ്രമുഖൻ രാം മനോഹർ ലോഹ്യയായിരുന്നു. അദ്ദേഹം യു പിയിലെ ചണ്ടനലിയിൽ തോറ്റു. 1952 ൽ വിജയിച്ച എ ബി വാജ്പേയി രണ്ടാം തിരഞ്ഞെടുപ്പിൽ പരാജയപ്പെട്ടു. ഉത്തർപ്രദേശിന്റെ തലസ്ഥാനമായ ലഖ്നൗ മണ്ഡലത്തിലാണ് വാജ്പേയ് പരാജയപ്പെട്ടത്. കേരളത്തിന് പുറത്തുനിന്ന് രണ്ട് പ്രമുഖരായ മലയാളികൾ വിജയിച്ചു. വി കെ കൃഷ്ണമേനോൻ ബോംബെ സിറ്റി നോർത്ത് മണ്ഡലത്തിൽനിന്നും സി കൃഷ്ണൻനായർ ഔട്ടർ ദില്ലിയിൽനിന്നും വിജയിച്ചു.

ജവാഹർലാൽ നെഹ്റുവിന്റെ മരുമകനും ഇന്ദിരാഗാന്ധിയുടെ ഭർത്താവുമായ ഫിറോസ് ഗാന്ധി റായ്ബറേലിയിൽനിന്ന് തിരഞ്ഞെടുക്കപ്പെട്ടു. ഫിറോസ് ഗാന്ധിയിൽനിന്ന് അകന്ന് തുടങ്ങിയിരുന്ന ഇന്ദിര ഫുൽപ്പൂരിൽ അച്ഛനുവേണ്ടിയും റായ്ബറേലിയിൽ ഭർത്താവിനുവേണ്ടിയും പ്രചാരണം നടത്തി. കോൺഗ്രസുകാരനായ ഫിറോസ് ഗാന്ധി പാർട്ടി, കുടുംബം തുടങ്ങിയ പരിഗണനകൾ മാറ്റിവെച്ച് നെഹ്റു സർക്കാറിനെതിരെ ആഞ്ഞടിക്കാൻ തുടങ്ങിയിരുന്നു. രാമകൃഷ്ണ ഡാൽമിയ എന്ന ഉദ്യോഗസ്ഥ പ്രമുഖൻ ബെന്നിറ്റ് ആന്റ് കോളമൻ കമ്പനി വാങ്ങുന്നതിനായി ഇൻഷുറൻസ് കമ്പനിയുടെ പക്കലുള്ള ഭീമമായ തുക ദുർവിനിയോഗം ചെയ്തത് ഫിറോസ് ഗാന്ധി തുറന്നുകാട്ടി. മരുമകൻ തന്റെ നേതൃത്വത്തിലുള്ള സർക്കാരിനെതിരെ നീങ്ങുന്നത് നെഹ്റുവിനെ അസ്വസ്ഥനാക്കിയിരുന്നു. എങ്കിലും റായ്ബറേലിയിൽ ഫിറോസിനെ വീണ്ടും മത്സരിപ്പിച്ചു. ജനസമ്മിതി തെളിയിക്കുന്ന വൻവിജയമാണ് ഫിറോസ്

ഗാന്ധി റായ്ബറേലിയിൽ നേടിയത്.

നെഹ്റുവിന്റെ കണക്കുകൂട്ടലുകൾ തെറ്റിയത് കേരളത്തിലും ഒറീസയിലുമാണ്. ആന്ധ്രയിൽ കമ്യൂണിസ്റ്റുകൾ ആധിപത്യം ഉറപ്പിക്കുന്നത് തടയാനായി നെഹ്റു പയറ്റിയ തന്ത്രങ്ങൾ ലക്ഷ്യം കണ്ടു.

ആന്ധ്രയിൽ 37 സീറ്റുകളിൽ വിജയിച്ച കോൺഗ്രസ് കമ്യൂണിസ്റ്റു പാർട്ടിയെ 2 സീറ്റുകളിൽ തളച്ചു.

ആന്ധ്രയിൽ സി പി ഐ ഉയർത്തിപ്പിടിച്ചിരുന്ന വർഗരാഷ്ട്രീയത്തെ ഭാഷാ ദേശീയതകൊണ്ടാണ് നെഹ്റു നേരിട്ടത്.

ആന്ധ്രയിലേറ്റ തിരിച്ചടി കമ്യൂണിസ്റ്റുപാർട്ടിയെ നിരാശരാക്കി. ബ്രിട്ടീഷുകാർക്കും ഹൈദരാബാദ് നൈസാമുമാർക്കും ഭൂഉടമകൾക്കും എതിരെ നടന്ന തെലങ്കാന സമരത്തിന് ആഗോള കർഷക സമരചരിത്രത്തിൽ നിർണായക സ്ഥാനമുണ്ട്. സമരത്തെ അടിച്ചമർത്താനായി നെഹ്റു സർക്കാർ അമ്പതിനായിരത്തോളം സൈനികരെയാണ് തെലങ്കാനയിലേക്ക് അയച്ചത്. 1947-48 കാലയളവിൽ കാശ്മീർ യുദ്ധത്തിനായി ചെലവഴിച്ച അത്രയും തുക തെലങ്കാനസമരത്തെ അടിച്ചമർത്താനായി കേന്ദ്രം വിനിയോഗിച്ചു.

കർഷകരും കർഷകത്തൊഴിലാളികളും നടത്തിയ മുന്നേറ്റം വോട്ടായി മാറുമെന്നും ആന്ധ്രയിൽ അധികാരത്തിൽ വരാനാകുമെന്നും കമ്യൂണിസ്റ്റുപാർട്ടി കരുതിയിരുന്നു. എന്നാൽ, പാർട്ടിക്കകത്തെ അഭിപ്രായഭിന്നതകളും ഭാഷാടിസ്ഥാനത്തിൽ പുതിയ സംസ്ഥാനം രൂപീകരിക്കുന്നതിനായി നടന്ന പ്രക്ഷോഭം വൈകാരികത പ്രതികരണം ഉണ്ടാക്കിയതുമെല്ലാം കണക്കുകൂട്ടലുകൾ തെറ്റിച്ചു. തെലങ്കാന കർഷകസമരമല്ല, പോട്ടി ശ്രീരാമലു ആന്ധ്രസംസ്ഥാനം രൂപീകരിക്കണം എന്ന് ആവശ്യപ്പെട്ടു നടത്തിയ നിരാഹാരസമരമാണ് ജനങ്ങൾക്ക് മുന്നിൽ വലിയ വിഷയമായി അവതരിപ്പിക്കപ്പെട്ടത്.

നിരാഹാര സമരക്കിടക്കയിൽ കിടന്ന് 1953 ൽ ശ്രീരാമലു മരിച്ചു. ഇതിനെത്തുടർന്ന് ആന്ധ്രാപ്രദേശ് സംസ്ഥാനം രൂപീകരിച്ചു. നീലം സഞ്ജീവ റെഡ്ഡി ആയിരുന്നു ആദ്യ മുഖ്യമന്ത്രി. സംസ്ഥാന രൂപീകരണത്തിന്റെ ക്രെഡിറ്റുമായാണ് ജവാഹർലാൽ നെഹ്റു വോട്ട് തേടിയത്. നെഹ്റുവിന്റെ തന്ത്രം ആന്ധ്രയിൽ ഫലിച്ചു. എന്നാൽ, കേരളത്തിൽ കമ്യൂണിസ്റ്റുപാർട്ടി നേടിയ വിജയം നെഹ്റുവിനെ നടുക്കി. ഒറീസയിൽ ഗണതന്ത്ര പാർട്ടി നടത്തിയ മുന്നേറ്റവും ശ്രദ്ധേയമായി. കമ്യൂണിസ്റ്റു പാർട്ടിക്ക് 27 സീറ്റുകളും 8.92 ശതമാനം വോട്ടും ലഭിച്ചു. ലോകസഭയിലെ രണ്ടാംസ്ഥാനം നിലനിർത്തി. കേരളം, ആന്ധ്രാപ്രദേശ്, പശ്ചിമ ബംഗാൾ, ചെന്നൈ, ഒഡീഷ, പഞ്ചാബ്, ത്രിപുര, മുംബൈ, ഉത്തർപ്രദേശ് എന്നിങ്ങനെ ഒമ്പത് സംസ്ഥാനങ്ങളിൽനിന്ന് കമ്യൂണിസ്റ്റുപാർട്ടിക്ക് ലോകസഭയിൽ പ്രാതിനിധ്യം ഉണ്ടായി.

എ കെ ഗോപാലൻ പാർലമെന്റിലെ തൊഴിലാളികളുടെ ശബ്ദമായിരുന്നു. ഭൂപരിഷ്കരണം, തൊഴിൽസുരക്ഷ, പൗരാവകാശം തുടങ്ങിയ

വയ്ക്കുവേണ്ടി എ കെ ജി ലോകസഭയിൽ നടത്തിയ പ്രസംഗങ്ങൾ ശ്രദ്ധേയമായിരുന്നു.

കമ്യൂണിസ്റ്റുപാർട്ടി ഇന്ത്യൻ രാഷ്ട്രീയത്തിൽ ചുവടുറപ്പിക്കുന്നതിന്റെ സൂചനകളാണ് തിരഞ്ഞെടുപ്പ് ഫലം നൽകിയത്.

ഭാരതീയ ജനസംഘത്തിന് 4 സീറ്റും 5.97 ശതമാനം വോട്ടും പ്രജാ സോഷ്യലിസ്റ്റ് പാർട്ടിക്ക് 19 സീറ്റും 10.4 ശതമാനം വോട്ടും ലഭിച്ചു.

തിരഞ്ഞെടുപ്പിൽ വൻവിജയം നേടിയെങ്കിലും മുൻ മന്ത്രിസഭയുടെ അവസാന യോഗത്തിൽ നെഹ്റു പ്രകടിപ്പിച്ച ആഗ്രഹം സാക്ഷാൽക്കരിക്കപ്പെട്ടില്ല. കോൺഗ്രസിന് പകുതിയിലധികം വോട്ട് ലഭിച്ചില്ല. 371 സീറ്റുകൾ നേടിയ കോൺഗ്രസിന് കിട്ടിയത് 47.78 ശതമാനം വോട്ട് മാത്രം. രാജ്യത്തെ ബഹുഭൂരിപക്ഷത്തിന്റെയും പിന്തുണയില്ലാത്ത പാർട്ടിയാണ് കോൺഗ്രസ് എന്ന് ഒരിക്കൽക്കൂടി തെളിഞ്ഞു. ഭാരതീയ സംസ്കാരത്തിന്റെ ഓജസ്സായ ബഹുസ്വരത തിരഞ്ഞെടുപ്പ് ഫലത്തിലും പ്രകടമായി.

രണ്ടാം ജവാഹർലാൽ നെഹ്റു മന്ത്രിസഭ

പ്രധാനമന്ത്രി: ജവാഹർലാൽ നെഹ്റു.

ജവാഹർലാൽ നെഹ്റു (വിദേശകാര്യം, ആണവോർജം), ജി ബി പാന്ത് (ആഭ്യന്തരം), ടി ടി കൃഷ്ണമാചാരി (ധനകാര്യം), വി കെ കൃഷ്ണ മേനോൻ (പ്രതിരോധം), മൗലാന അബ്ദുൾ കലാം ആസാദ് (വിദ്യാഭ്യാസം, ശാസ്ത്ര ഗവേഷണം), മൊറാർജി ദേശായി (വാണിജ്യം, വ്യവസായം), ജഗ്ജീവൻ റാം (റെയിൽവേ), ഗുൽസാരിലാൽ നന്ദ (തൊഴിൽ, ആസൂത്രണം), ലാൽ ബഹദൂർ ശാസ്ത്രി (ഗതാഗതം, വാർത്താവിനിമയം), സ്വരൺ സിങ് (ഉരുക്ക്, ഖനി), കെ വെങ്കലരായ റെഡ്ഡി (ഭവനം), അജിത് പ്രസാദ് ജെയിൻ (ഭക്ഷ്യം, കൃഷി), എസ് കെ പാട്ടീൽ (ഊർജം, ജലസേചനം), ഇതിനുപുറമെ 14 സഹമന്ത്രിമാരും 14 ഉപമന്ത്രിമാരും മന്ത്രിസഭയിൽ ഉണ്ടായിരുന്നു.

ലോകസഭ 1957
ആകെ സീറ്റുകൾ 494

പാർട്ടി	സീറ്റുകൾ	ശതമാനം
കോൺഗ്രസ്	371	47.78%
സി പി ഐ	27	8.92%
പി എസ് പി	19	10.41%
ബി ജെ പി	4	5.97%

കേരളത്തിൽനിന്ന് ജയിച്ചവർ

മണ്ഡലം	പേര്	പാർട്ടി
തിരുവനന്തപുരം	ഈശ്വര അയ്യർ	സ്വതന്ത്രൻ
ചിറയിൻകീഴ്	എം കെ കുമാരൻ	സി പി ഐ
കൊല്ലം (ദ്വയാംഗം)	പരമേശ്വരൻനായർ കൊടിയൻ	സി പി ഐ സി പി ഐ
തിരുവല്ല	പി കെ വാസുദേവൻനായർ	സി പി ഐ
കോട്ടയം	മാത്യു മാണിയങ്കാടൻ	കോൺഗ്രസ്
മൂവാറ്റുപുഴ	ജോർജ് തോമസ്	കോൺഗ്രസ്
എറണാകുളം	തോമസ് അള്ളുങ്കൽ	കോൺഗ്രസ്
മുകുന്ദപുരം	നാരായണമേനോൻ	സി പി ഐ
തൃശൂർ	കൃഷ്ണൻ	സി പി ഐ
പാലക്കാട് (ദ്വയാംഗം)	ഈച്ചരൻ വി ഇയ്യുണ്ണി പി കുഞ്ഞൻ	കോൺഗ്രസ് സി പി ഐ
കോഴിക്കോട്	കുട്ടികൃഷ്ണൻ നായർ	കോൺഗ്രസ്
മഞ്ചേരി	കെ പോക്കർ	സ്വതന്ത്രൻ
വടകര	കെ ബി മേനോൻ	പി എസ് പി
തലശ്ശേരി	എം കെ ജിനചന്ദ്രൻ	കോൺഗ്രസ്
കാസർഗോഡ്	എ കെ ഗോപാലൻ	സി പി ഐ

3

1962

നെഹ്റുവിന്റെ അവസാന തിരഞ്ഞെടുപ്പ്

സ്വാതന്ത്ര്യം ലഭിച്ച് ഒന്നര പതിറ്റാണ്ട് പിന്നിട്ടു. ഇന്ത്യൻ ജനാധിപത്യം പക്വത ആർജിച്ച് കഴിഞ്ഞിരുന്നു. കെ വി കെ സുന്ദരം ആണ് മുഖ്യ വരണാധികാരി. തിരഞ്ഞെടുപ്പ് തീയതികൾ പ്രഖ്യാപിച്ചുകൊണ്ട് ദില്ലി തിരഞ്ഞെടുപ്പ് ആസ്ഥാനത്ത് നടത്തിയ വാർത്താസമ്മേളനത്തിൽ തന്റെ ലക്ഷ്യം പ്രഖ്യാപിച്ചു.

"ഇത്തവണ വോട്ടിങ് ശതമാനം അമ്പത് ശതമാനം കവിഞ്ഞേ തീരൂ."

സുന്ദരത്തിന്റെ ലക്ഷ്യം നിറവേറി. പോളിങ് ശതമാനം ഉയർന്നു, 55.42 ശതമാനം. ഉയർന്ന പോളിങ് പതിവുപോലെ കേരളത്തിൽ തന്നെ, 70.55 ശതമാനം.

കുറഞ്ഞ പോളിങ് ഭൂമിശാസ്ത്രപരമായി ഒറ്റപ്പെട്ടുകിടക്കുന്ന ഹിമാചൽപ്രദേശിൽ, 35.55 ശതമാനം.

ആദ്യത്തെ രണ്ട് തിരഞ്ഞെടുപ്പുകളിൽനിന്ന് വ്യത്യസ്തമായി ഈ തിരഞ്ഞെടുപ്പിൽ ദ്വയാംഗ മണ്ഡലങ്ങൾ ഇല്ലായിരുന്നു. നേരത്തെ 182 ദ്വയാംഗ മണ്ഡലങ്ങളാണ് ഉണ്ടായിരുന്നത്. ഒരു മണ്ഡലത്തിൽ രണ്ട് ലോകസഭാംഗങ്ങൾ ഉണ്ടാകുന്നത് പലപ്പോഴും ഗുണത്തേക്കാൾ ഏറെ ദോഷം ചെയ്തിരുന്നു. പൊതു പരിപാടികളിൽനിന്ന് സംവരണ വിഭാഗത്തിൽപ്പെട്ട അംഗത്തെ ഒഴിവാക്കി പൊതുവിഭാഗത്തിൽപ്പെട്ട എം പിയെ പങ്കെടുപ്പിക്കുന്നത് വ്യാപകമായി. ഉത്തർപ്രദേശിൽ ഒരു സ്കൂളിന്റെ ഉദ്ഘാടന ചടങ്ങിലേക്ക് അധികൃതർ തങ്ങളുടെ രണ്ട് എം പി മാരെയും ക്ഷണിച്ചു. പട്ടിക വിഭാഗത്തിൽപ്പെട്ട എം പി താമസിച്ചാണ് ചടങ്ങിലേക്ക് എത്തിയത്. അദ്ദേഹം വന്നപ്പോൾ വേദിയിൽ ഇരിക്കാൻ കസേര ഇല്ലായിരുന്നു. അവസാനം എം പി സദസിൽ നിലത്തിരുന്നു. വനിതാ സംവരണം നടപ്പിലാക്കുന്നതിനായി പഴയ ദ്വയാംഗ മണ്ഡല സമ്പ്രദായം പുനരാരംഭി

ക്കുന്നതിനെക്കുറിച്ച് ഇപ്പോൾ ആലോചനകൾ നടക്കുന്നുണ്ട്. ദ്വയാംഗ മണ്ഡല സമ്പ്രദായം നിർത്താനുള്ള കാരണങ്ങൾ ഓർക്കുന്നത് ഈ ഘട്ടത്തിൽ നന്നായിരിക്കും. ദ്വയാംഗ മണ്ഡലങ്ങൾ നിർത്തലാക്കിയതോടെ സമ്പൂർണ സംവരണ മണ്ഡലങ്ങൾ നിലവിൽവന്നു. പട്ടികജാതി വിഭാഗങ്ങൾക്കും പട്ടികവർഗ വിഭാഗങ്ങൾക്കും സീറ്റുകളും സംവരണം ചെയ്തു.

പഞ്ചവത്സര പദ്ധതിയിലൂടെ രാജ്യത്തിലുണ്ടായ നേട്ടമാണ് പ്രധാനമന്ത്രി ജവാഹർലാൽ നെഹ്റു പ്രധാന ഭരണനേട്ടമായി ഉയർത്തിക്കാണിച്ചത്. സർക്കാരിനെതിരെ ഉയർന്ന അഴിമതി ആരോപണങ്ങൾ പ്രതിപക്ഷം പ്രചാരണവിഷയമാക്കി. മുൻഡ്ര കുംഭകോണം നെഹ്റു സർക്കാരിനെ പിടിച്ചുലച്ചു. രാഷ്ട്രീയ ജീവിതത്തിലാദ്യമായി ജവാഹർലാൽ നെഹ്റുവിന്റെ പ്രതിച്ഛായക്ക് മങ്ങലേറ്റു. അഴിമതി ലോക്സഭയിൽ ഉന്നയിച്ചത് നെഹ്റുവിന്റെ മരുമകൻ ഫിറോസ് ഗാന്ധി ആയിരുന്നു. പൊതുമേഖലാ സ്ഥാപനമായ ലൈഫ് ഇൻഷുറൻസ് കോർപ്പറേഷൻ കാൺപൂരിലെ വ്യവസായി ഹരിദാസ് മുൻഡ്രയുടെ സ്വകാര്യ സ്ഥാപനത്തിൽ വൻ നിക്ഷേപം നടത്തിയതിൽ അഴിമതി നടന്നിട്ടുണ്ടെന്ന് ഫിറോസ് ഗാന്ധി തെളിവുകളോടെ ലോകസഭയിൽ ഉന്നയിച്ചു. ധനമന്ത്രിയും ജവാഹർലാൽ നെഹ്റുവിന്റെ വിശ്വസ്തനുമായ ടി ടി കൃഷ്ണമാചാരി വ്യക്തമായ മറുപടി പറയാതെ തപ്പിത്തടഞ്ഞു. സ്തബ്ധനായ ജവാഹർലാൽ നെഹ്റു സഭയിൽ തലകുനിച്ചിരുന്നു. സർക്കാർ നിയോഗിച്ച അന്വേഷണ കമീഷൻ ഫിറോസ് ഗാന്ധിയുടെ ആരോപണങ്ങൾ ശരിവെച്ചു. കേന്ദ്ര ധനമന്ത്രി ടി ടി കൃഷ്ണമാചാരി രാജിവെച്ചു.

മുൻഡ്ര കുംഭകോണം സർക്കാരിലും പൊതുരംഗത്തും മാത്രമായി ഒതുങ്ങിനിന്നില്ല. മനസില്ലാമനസോടെ മകൾ ഇന്ദിരയെ ഫിറോസ് ഗാന്ധിക്ക് വിവാഹം ചെയ്തുകൊടുത്ത ജവാഹർലാൽ നെഹ്റു നിരാശനും ദുഃഖിതനുമായി. രണ്ട് തിരഞ്ഞെടുപ്പുകളിൽ വൻഭൂരിപക്ഷത്തോടെ വിജയിച്ച ഫിറോസ് ഗാന്ധിക്ക് മൂന്നാം ലോകസഭാ തിരഞ്ഞെടുപ്പിൽ മത്സരിക്കാനായില്ല. 1958 ൽ ഹൃദയാഘാതത്തെ തുടർന്ന് കോൺഗ്രസിലെ യുവ പോരാളി നിര്യാതനായി. ഇന്ദിരാഗാന്ധി അപ്പോഴേക്കും ജവാഹർലാൽ നെഹ്റുവിന്റെ അപ്രഖ്യാപിത പിൻഗാമിയായി മാറിയിരുന്നു. പാർട്ടിയിലും ഭരണത്തിലും സ്ഥാനാർഥി നിർണയത്തിലുമെല്ലാം ഇന്ദിര സജീവമായി ഇടപെട്ടു.

മൂന്നാം ലോകസഭാ തിരഞ്ഞെടുപ്പിൽ പുതിയൊരു പാർട്ടികൂടി ഉണ്ടായിരുന്നു. രാജഗോപാലാചാരിയുടെ സ്വതന്ത്ര പാർട്ടി. കോൺഗ്രസ് നേരിട്ട ആദ്യ പിളർപ്പായിരുന്നു അത്. ദക്ഷിണേന്ത്യയിലെ ഏറ്റവും പ്രമുഖനായ കോൺഗ്രസ് നേതാവായിരുന്നു തമിഴ്നാട്ടുകാരനായ രാജഗോപാലാചാരി. ഇന്ത്യയുടെ ഗവർണർ ജനറലായിരുന്ന രാജാജിയെ രാഷ്ട്രപതിയാക്കണമെന്ന് നെഹ്റു ആഗ്രഹിച്ചിരുന്നു. എന്നാൽ, വല്ലഭായി പട്ടേൽ ശക്തമായി വിയോജിച്ചു. കേന്ദ്ര ആഭ്യന്തരമന്ത്രി, പശ്ചിമബംഗാൾ ഗവർണർ എന്നീ നിലകളിൽ പ്രവർത്തിച്ച രാജാജി 1952 ൽ തമിഴ്നാട്

മുഖ്യമന്ത്രി ആയതോടെയാണ് പ്രശ്നങ്ങൾ തുടങ്ങിയത്. കാമരാജ് തമിഴ് രാഷ്ട്രീയത്തിൽ തിളങ്ങിനിന്നിരുന്ന കാലം. 1954 ൽ കാമരാജിനുവേണ്ടി കസേര ഒഴിയാൻ നെഹ്റു രാജാജിയോട് ആവശ്യപ്പെട്ടു. ആവശ്യം അംഗീകരിച്ച രാജാജി കുറച്ചുകാലം രാഷ്ട്രീയ വനവാസത്തിലായിരുന്നു. ഇന്ത്യയിൽ ശക്തമായ പ്രതിപക്ഷമില്ലാത്തത് രാജ്യത്തിന് ദോഷം ചെയ്യുമെന്ന പ്രചാരണവുമായി ഒരു ഇടവേളയ്ക്കുശേഷം രാജാജി രംഗത്തെത്തി. നെഹ്റുവിയൻ സോഷ്യലിസ്റ്റ് നയങ്ങളെ അദ്ദേഹം ശക്തമായി എതിർത്തു. 1959 മേയ് മാസത്തിൽ തന്റെ എൺപതാം വയസിൽ രാജഗോപാലാചാരി സ്വതന്ത്ര പാർട്ടിയെന്ന പുതിയ പാർട്ടി രൂപീകരിച്ചു.

സ്വതന്ത്ര പാർട്ടിക്ക് പ്രതീക്ഷിച്ച മുന്നേറ്റം ഉണ്ടാക്കാനായില്ല. 18 സീറ്റും 7.89 ശതമാനം വോട്ടുമാണ് സ്വതന്ത്രപാർട്ടിക്ക് ലഭിച്ചത്. തമിഴ്നാട്ടിൽനിന്ന് സീറ്റൊന്നും കിട്ടിയില്ല. ആന്ധ്രയിലേത് മെച്ചപ്പെട്ട പ്രകടനമായിരുന്നു.

ആകെയുള്ള 494 സീറ്റുകളിൽ 361 സീറ്റും നേടി കോൺഗ്രസ് ഒരിക്കൽക്കൂടി ആധിപത്യം അരക്കിട്ടുറപ്പിച്ചു. എന്നാൽ, 50 ശതമാനം വോട്ടുകൾ നേടുക എന്ന നെഹ്റുവിന്റെ സ്വപ്നം ആ തിരഞ്ഞെടുപ്പിലും പൂവണിഞ്ഞില്ല. കോൺഗ്രസിന് ലഭിച്ചത് 44.72 ശതമാനം വോട്ട്. കമ്യൂണിസ്റ്റുപാർട്ടിക്ക് 29 സീറ്റും 9.94 ശതമാനം വോട്ടും ജനസംഘത്തിന് 14 സീറ്റും 6.44 ശതമാനം വോട്ടും പി എസ് പിക്ക് 12 സീറ്റും 6.81 ശതമാനം വോട്ടും സോഷ്യലിസ്റ്റ് പാർട്ടിക്ക് 6 സീറ്റും 2.68 ശതമാനം വോട്ടും ലഭിച്ചു.

കോൺഗ്രസ് പ്രമുഖരെല്ലാം ജയിച്ചു കയറി. ഉത്തർപ്രദേശിലെ ഫുൽപ്പൂരിൽ ജവാഹർലാൽ നെഹ്റുവിനെതിരെ മത്സരിച്ചത് സോഷ്യലിസ്റ്റ് നേതാവ് രാംമനോഹർ ലോഹ്യ ആയിരുന്നു. അക്കാലത്ത് ലോഹ്യ നെഹ്റുവിന് എതിരാളിയേ ആയിരുന്നില്ല. പരാജയം ഏറ്റുവാങ്ങിയ ലോഹ്യ ഒരു പ്രവചനം നടത്തി:

"ഉത്തർപ്രദേശിന്റെ മണ്ണിൽനിന്ന് ഒരുകാലത്ത് കോൺഗ്രസ് കെട്ടുകെട്ടും."

ലോഹ്യയുടെ പ്രവചനം അർഥവത്തായെന്ന് പിന്നീട് ചരിത്രം തെളിയിച്ചു.

ലാൽ ബഹദൂർ ശാസ്ത്രി അലഹാബാദിൽനിന്നും ടി ടി കൃഷ്ണമാചാരി തിരുവെന്തൂരിൽനിന്നും വി കെ കൃഷ്ണമേനോൻ ബോംബെ നോർത്തിൽനിന്നും വിജയിച്ചു.

ഇന്ത്യയുടെ തിരഞ്ഞെടുപ്പ് ചരിത്രത്തിൽ ഏറ്റവും വാശിയേറിയ പോരാട്ടം നടന്നത് ബോംബെ നോർത്ത് മണ്ഡലത്തിലായിരുന്നു. കിസാൻ മസ്ദൂർ പ്രജാ പാർട്ടി നേതാവായ ആചാര്യ കൃപലാനി സുരക്ഷിത മണ്ഡലമായ സീതാമാർഹി ഉപേക്ഷിച്ച് കൃഷ്ണമേനോനെ തോൽപ്പിച്ചേ തീരൂ എന്ന വാശിയോടെ ബോംബെ നോർത്തിലെത്തി. ചൈനീസ് ആക്രമണ ഭീഷണി നേരിടുന്ന കാലമായിരുന്നു അത്. ചൈനയോട് ഇന്ത്യ അനാവശ്യമായ വിധേയത്വം കാണിക്കുകയാണെന്ന് ആരോപിച്ചുകൊണ്ട് കൃപ

ലാനി ലോകസഭയിൽ കൃഷ്ണമേനോനെതിരെ ആഞ്ഞടിച്ചിരുന്നു. കൃഷ്ണമേനോൻ വരുന്ന തിരഞ്ഞെടുപ്പിൽ എവിടെ മത്സരിച്ചാലും അവിടെ താനും മത്സരിക്കുമെന്ന് പ്രഖ്യാപിച്ചുകൊണ്ട് കൃപലാനി ലോകസഭയിൽ നടത്തിയ പ്രസംഗം പാർലമെന്റ് ചരിത്രത്തിലെ ഏറ്റവും മികച്ച പ്രസംഗങ്ങളിലൊന്നാണ്.

ഇരുപക്ഷത്തെയും പ്രമുഖ നേതാക്കൾ ബോംബെ നോർത്തിൽ പ്രചാരണത്തിനായി അണിനിരന്നു. തന്റെ വിശ്വസ്തനായ കൃഷ്ണമേനോന്റെ മാനം കാക്കാൻ നെഹ്റു മണ്ഡലത്തിൽ പല ദിവസങ്ങളിലായി പ്രചാരണം നടത്തി. സ്വന്തം മണ്ഡലമായ ഫുൽപ്പൂരിൽ ചെലവഴിച്ചതിലുമധികം ദിവസം നെഹ്റു ബോംബെയിൽ തങ്ങി. കൃപലാനിക്ക് വേണ്ടി പ്രചാരണം നടത്താൻ രാജഗോപാലാചാരി ചെന്നൈയിൽ നിന്നുമെത്തി. അന്ന് കൃപലാനിക്കുവേണ്ടി ബോംബെയിൽ മുഴങ്ങിയ ഒരു മുദ്രാവാക്യം:

"ചീനി ഹംല ഹോത്തേ ഹൈൻ
(ചൈന ആക്രമിക്കാനായി മുന്നേറുമ്പോൾ)
മേനോൻ സാബ് സോത്തേ ഹൈൻ
(മേനോൻ സാർ ഉറങ്ങുകയാണ്)
സോനാ ഹേ തൊ സോനേ ദെ
(ഉറങ്ങിയേ തീരൂ എങ്കിൽ ഉറങ്ങട്ടെ)
കൃപലാനിജി തൊ ആതെ ദോ
(കൃപലാനിജിയെ നമ്മുടെ അടുത്തേക്ക് വിളിക്കൂ)."

തീ പാറും പോരാട്ടത്തിനൊടുവിൽ വി കെ കൃഷ്ണമേനോൻ വിജയിച്ചു, ഭൂരിപക്ഷം ഒരു ലക്ഷം വോട്ട്.

ജനസംഘം നേതാവ് എ ബി വാജ്പേയി ലഖ്നൗ, ബൽറാം പൂർ മണ്ഡലങ്ങളിൽനിന്ന് ജനവിധി തേടി. രണ്ടിടത്തും അദ്ദേഹം പരാജയപ്പെട്ടു.

ഇന്ത്യൻ രാഷ്ട്രീയത്തിൽ ഉണ്ടാകാൻ പോകുന്ന നിർണായക മാറ്റങ്ങളുടെ തുടക്കം തിരഞ്ഞെടുപ്പിൽ പ്രകടമായി. തമിഴ്നാട്ടിൽ ദ്രാവിഡ മുന്നേറ്റ കഴകം 7 സീറ്റുകളിൽ വിജയിച്ചു. പി എച്ച് കുമാരസ്വാമി രാജ, ജി രാജഗോപാലാചാരി, കെ കാമരാജ് എന്നിവരുടെ നേതൃത്വത്തിൽ എതിരാളികൾ ഇല്ലാത്ത ഭരണമാണ് കോൺഗ്രസ് നടത്തിയിരുന്നത്. പെരിയാർ ഇ വി രാമസ്വാമി നായ്ക്കർ തിരികൊളുത്തിയ തമിഴ് ദേശീയവാദത്തിന് അണ്ണാദുരൈ ദ്രാവിഡ മുന്നേറ്റകഴകത്തിലൂടെ പുതിയ രാഷ്ട്രീയമാനം നൽകി. എന്നാൽ, ഡി എം കെയെ വെറുമൊരു താൽക്കാലിക പ്രതിഭാസമായാണ് കോൺഗ്രസ് നേതൃത്വം അന്ന് കണ്ടത്. കോൺഗ്രസ് അല്ലാതെ ഒരു പാർട്ടിക്കും 10 ശതമാനം വോട്ട് നേടാനുള്ള ശേഷി അന്ന് ഉണ്ടായിരുന്നില്ല. എന്നാൽ, ദേശീയ പാർട്ടികൾ തങ്ങളുടേതായ സ്വാധീനമേഖലകൾ ഉണ്ടാക്കുന്നതും പല സംസ്ഥാനങ്ങളിലും പ്രാദേശിക പാർട്ടികൾ ചുവടുറപ്പിക്കുന്നതും കോൺഗ്രസിനെ അസ്വസ്ഥരാക്കി.

ജവാഹർലാൽ നെഹ്റു മന്ത്രിസഭ

പ്രധാനമന്ത്രി: ജവാഹർലാൽ നെഹ്റു.

ജവാഹർലാൽ നെഹ്റു (വിദേശകാര്യം, ആണവോർജം), ലാൽ ബഹാദൂർ ശാസ്ത്രി (ആഭ്യന്തരം), മൊറാർജി ദേശായി (ധനകാര്യം), ജഗ്ജീവൻ റാം (ഗതാഗതം, വാർത്താവിനിമയം), ഗുൽസാരിലാൽ നന്ദ (ആസൂത്രണം, തൊഴിൽ),ടി ടി കൃഷ്ണമാചാരി (പ്രതിരോധ ഏകോപനം), സ്വരൺ സിങ് (റെയിൽവേ), കെ സി റെഡ്ഡി (വാണിജ്യം, വ്യവസായം), എസ് കെ പാട്ടീൽ (കൃഷി, ഭക്ഷ്യം), ഹാഫിസ് മുഹമ്മദ് ഇബ്രാഹിം (ജലസേചനം, ഊർജം), അശോക് കുമാർ സെൻ (നിയമം), കെ ഡി മാളവിയ (ഖനി), ബി ഗോപാലറെഡ്ഡി (വാർത്താ പ്രക്ഷേപണം), കെ എൽ ശ്രീമാലി (വിദ്യാഭ്യാസം), സി ജി സുബ്രഹ്മണ്യം (ഉരുക്ക്, ഘനവ്യവസായം), ഹുമയൂൺ കബീർ (സംസ്കാരം, ശാസ്ത്ര ഗവേഷണം), സത്യനാരായണ സിൻഹ (പാർലമെന്ററി കാര്യം).

ക്യാബിനറ്റ് മന്ത്രിമാർക്കുപുറമെ 12 സഹമന്ത്രിമാരും 23 ഉപമന്ത്രിമാരും മന്ത്രിസഭയിൽ ഉണ്ടായിരുന്നു.

ലാൽ ബഹദൂർ ശാസ്ത്രി മന്ത്രിസഭ (1965)

പ്രധാനമന്ത്രി: ലാൽ ബഹദൂർ ശാസ്ത്രി.

ലാൽ ബഹദൂർ ശാസ്ത്രി (വിദേശകാര്യം, ആണവോർജം), ഗുൽസാരിലാൽ നന്ദ (ആഭ്യന്തരം), ടി ടി കൃഷ്ണമാചാരി (ധനകാര്യം), വൈ ബി ചവാൻ (പ്രതിരോധം), ഇന്ദിരാഗാന്ധി (വാർത്താപ്രക്ഷേപണം), എസ് കെ പാട്ടീൽ (റെയിൽവേ), അശോക് കുമാർ സെൻ (നിയമം), എൻ സഞ്ജീവ റെഡ്ഡി (ഉരുക്ക്, ഖനി), സി ജി സുബ്രഹ്മണ്യൻ (ഭക്ഷ്യം, കൃഷി), ഹുമയൂൺ കബീർ (പെട്രോളിയം, കെമിക്കൽസ്), സത്യനാരായണ സിൻഹ (പാർലമെന്ററി കാര്യം, വാർത്താവിനിമയം), എച്ച് സി ദാസപ്പ (ജലസേചനം, ഊർജം, വ്യവസായം), എം സി ഛഗ്ല (വിദ്യാഭ്യാസം), ഡി സഞ്ജീവയ്യ (കൃഷി), മഹാവീർ ത്യാഗി (പുനരധിവാസം).

ഇവർക്കുപുറമെ 16 സഹമന്ത്രിമാരും 21 ഉപമന്ത്രിമാരും മന്ത്രിസഭയിൽ ഉണ്ടായിരുന്നു.

ഇന്ദിരാഗാന്ധി മന്ത്രിസഭ (1966)

പ്രധാനമന്ത്രി: ഇന്ദിരാഗാന്ധി

ഇന്ദിരാഗാന്ധി (ആണവോർജം), ഗുൽസാരിലാൽ നന്ദ (ആഭ്യന്തരം), സ്വരൺ സിങ് (വിദേശകാര്യം, പ്രതിരോധം), ജഗ്ജീവൻറാം (തൊഴിൽ, പുനഃരുദ്ധാരണം), എസ് കെ പാട്ടീൽ (റെയിൽവേ), എൻ സഞ്ജീവ റെഡ്ഡി (ഗതാഗതം, വ്യോമയാനം, ഷിപ്പിങ്, ടൂറിസം), സി ജി സുബ്രഹ്മണ്യം (ഭക്ഷ്യം, കൃഷി, സഹകരണം), സചീന്ദ്രചൗധരി (ധനം), എം സി ഛഗ്ല (വിദ്യാഭ്യാസം), സത്യനാരായണ സിൻഹ (പാർലമെന്ററി കാര്യം, വാർത്താവിനിമയം), ഡി സഞ്ജീവയ്യ (വ്യവസായം), അശോക് മേത്ത (ആസൂത്രണം, സാമൂഹ്യക്ഷേമം), മനുഭായ്ഷാ (വാണിജ്യം),

ജി എസ് പഥക് (നിയമം), ഫക്രുദ്ദീൻ അലി അഹമ്മദ് (ഊർജം, ജലസേചനം) ഇവർക്കുപുറമെ 18 സഹമന്ത്രിമാരും 19 ഉപമന്ത്രിമാരും മന്ത്രിസഭയിൽ ഉണ്ടായിരുന്നു.

1962 ലോകസഭ

ആകെ സീറ്റുകൾ: 494

പാർട്ടി	സീറ്റുകൾ	വോട്ടിങ് ശതമാനം
കോൺഗ്രസ്	361	44.72%
സി പി ഐ	29	9.94%
ജനസംഘം	14	6.44%
പി എസ് പി	12	6.81%
സോഷ്യലിസ്റ്റുപാർട്ടി	6	2.68%
സ്വതന്ത്രപാർട്ടി	18	7.89%

കേരളത്തിലെ കൊല്ലം, പാലക്കാട് ദ്വയാംഗ മണ്ഡലങ്ങൾ ഏകാംഗ മണ്ഡലങ്ങളായി. പുതിയ രണ്ട് ലോകസഭാമണ്ഡലങ്ങൾ കൂടി നിലവിൽ വന്നു. പൊന്നാനിയും മാവേലിക്കരയുമായിരുന്നു പുതിയ മണ്ഡലങ്ങൾ. പാലക്കാടും മാവേലിക്കരയും സംവരണ മണ്ഡലങ്ങളായി.

നം.	മണ്ഡലം	വിജയി	പാർട്ടി
1.	കാസർഗോഡ്	എ കെ ഗോപാലൻ	സി പി ഐ
2.	തലശ്ശേരി	എസ് കെ പൊറ്റെക്കാട്	സ്വതന്ത്രൻ
3.	വടകര	എ വി രാഘവൻ	സി പി ഐ
4.	കോഴിക്കോട്	സി എച്ച് മുഹമ്മദ് കോയ	മുസ്ലിംലീഗ്
5.	മഞ്ചേരി	മുഹമ്മദ് ഇസ്മായിൽ സാഹിബ്	മുസ്ലിംലീഗ്
6.	പൊന്നാനി	ഇമ്പിച്ചബാവ	സി പി ഐ
7.	പാലക്കാട് (സംവരണം)	പി കുഞ്ഞൻ	സി പി ഐ
8.	തൃശ്ശൂർ	കൃഷ്ണവാരിയർ	സി പി ഐ
9.	മുകുന്ദപുരം	പനമ്പിള്ളി ഗോവിന്ദമേനോൻ	കോൺഗ്രസ്
10.	എറണാകുളം	എ എം തോമസ്	കോൺഗ്രസ്
11.	മൂവാറ്റുപുഴ	ചെറിയാൻ	കോൺഗ്രസ്
12.	കോട്ടയം	മാത്യു മണിയങ്കാടൻ	കോൺഗ്രസ്
13.	അമ്പലപ്പുഴ	പി കെ വാസുദേവൻനായർ	സി പി ഐ
14.	തിരുവല്ല	ജി രവീന്ദ്രവർമ	കോൺഗ്രസ്
15.	മാവേലിക്കര (സംവരണം)	അച്യുതൻ	കോൺഗ്രസ്
16.	കൊല്ലം	ശ്രീകണ്ഠൻനായർ	ആർ എസ് പി
17.	ചിറയിൻകീഴ്	എം കെ കുമാരൻ	സി പി ഐ
18.	തിരുവനന്തപുരം	നടേശൻ പിള്ള	സ്വതന്ത്രൻ

4

1967

ജയ് ജവാൻ ജയ് കിസാൻ

ഗാന്ധി മരിച്ചപ്പോൾ ഇന്ത്യക്ക് അധികം ആയുസില്ലെന്ന് പ്രവചിച്ചവരുണ്ട്. നെഹ്റു മരിച്ചപ്പോഴും ഇത്തരം പ്രവചനങ്ങൾ ഉണ്ടായി. നെഹ്റുവിനുശേഷം അധികാരമേറ്റെടുത്ത ലാൽ ബഹദൂർ ശാസ്ത്രിക്കും അധികം ആയുസുണ്ടായില്ല. 1962 നും 1967 നും ഇടയിൽ രണ്ട് പ്രമുഖരായ ദേശീയ നേതാക്കൾ മരിച്ചു. ചൈനയുമായും പാകിസ്ഥാനുമായും ഇന്ത്യ യുദ്ധം ചെയ്തു. സമ്പദ്‌വ്യവസ്ഥ തകർന്നു. കൊടുംവരൾച്ചയും പ്രകൃതിക്ഷോഭവും രാജ്യത്തെ തളർത്തി. നിരവധി പ്രതിസന്ധികൾക്കിടയിലാണ് നാലാം ലോകസഭാ തിരഞ്ഞെടുപ്പ് നടന്നത്.

1962 ൽ ബോംബെ നോർത്ത് മണ്ഡലത്തിലെ പോരാട്ടത്തിൽ വിജയിച്ച് വീണ്ടും പ്രതിരോധ മന്ത്രിയായ വി കെ കൃഷ്ണമേനോന് അധികകാലം അധികാരത്തിൽ തുടരാനായില്ല. ചൈനീസ് ആക്രമണം കസേര തെറിപ്പിച്ചു. കോൺഗ്രസുമായി അകന്ന കൃഷ്ണമേനോൻ പിന്നീട് ജനവിധി തേടി തിരുവനന്തപുരത്തെത്തി.

ചൈനീസ് ആക്രമണവും യുദ്ധത്തിൽ ഇന്ത്യക്ക് തിരിച്ചടിയേറ്റതും ജവാഹർലാൽ നെഹ്റുവിന്റെ പ്രതിച്ഛായയ്ക്ക് മങ്ങലേൽപ്പിച്ചു. ലോകസഭയിൽ പ്രതിപക്ഷം നെഹ്റുവിനെതിരെ ആഞ്ഞടിച്ചു. മറുപടി പറയാനാകാതെ പ്രതിരോധമന്ത്രി വൈ ബി ചവാൻ, ആഭ്യന്തരമന്ത്രി ജി ബി പന്ത് തുടങ്ങിയവർ കുഴങ്ങി. എത്ര പ്രകോപിപ്പിച്ചാലും പക്വത കൈവിടാതെ പ്രതികരിക്കാറുള്ള നെഹ്റു ഒരു വാർത്താസമ്മേളനത്തിൽ പൊട്ടിത്തെറിച്ചു:

“ചൈനയ്ക്കും ഇന്ത്യയിലെ പ്രതിപക്ഷ നേതാക്കൾക്കും ചില കാര്യങ്ങളിൽ സാദൃശ്യമുണ്ട്.”

രാജ്യവും പാർട്ടിയും ദുർഘടഘട്ടത്തിലൂടെ നീങ്ങുകയാണെന്ന് തിരി

ച്ചറിഞ്ഞ നെഹ്റു സഹായത്തിനായി വിളിച്ചത് തമിഴ്നാട് മുഖ്യമന്ത്രി കാമരാജിനെ ആയിരുന്നു. കാമരാജിനെ കോൺഗ്രസിന്റെ അധ്യക്ഷനാക്കി. പാർട്ടിയെ ശക്തിപ്പെടുത്തുന്നതിനായി നടപ്പിലാക്കിയ പരിഷ്കാരമാണ് കാമരാജ് പ്ലാൻ. സംഘടനാ രംഗത്തുള്ള പ്രമുഖർ പാർലമെന്ററി രംഗത്തേക്കും പാർലമെന്ററി രംഗത്തുള്ള പ്രമുഖർ സംഘടനാരംഗത്തേക്കും മാറി. കാമരാജും ജമ്മുകാശ്മീർ മുഖ്യമന്ത്രി ബക്ഷി ഗുലാം മുഹമ്മദും മുഖ്യമന്ത്രി സ്ഥാനങ്ങൾ രാജിവെച്ചു. ജഗ്ജീവൻറാം, മൊറാർജി ദേശായി, ലാൽ ബഹദൂർ ശാസ്ത്രി തുടങ്ങിയവർ മന്ത്രിസ്ഥാനങ്ങൾ രാജിവെച്ചു.

അനാരോഗ്യത്തെത്തുടർന്ന് നെഹ്റു ദുർബലനായതോടെ ശാസ്ത്രി 'വകുപ്പില്ലാ മന്ത്രി'യായി നെഹ്റുവിനെ സഹായിച്ചു. 1964 മേയ് 27 ന് നെഹ്റു മരിച്ചതോടെ കോൺഗ്രസ് ഇനി ആർ നയിക്കും എന്നതിനെക്കുറിച്ച് ചിന്താക്കുഴപ്പത്തിലായി. പാർട്ടി അധ്യക്ഷൻ കാമരാജ് മുതിർന്ന നേതാക്കളുമായി പലതവണ ചർച്ചകൾ നടത്തി. ജനപ്രിയനും നെഹ്റുവിനെപ്പോലെ പ്രതിച്ഛായയുള്ള നേതാവുമായ ലാൽ ബഹദൂർ ശാസ്ത്രി, നെഹ്റുതന്നെ പ്രധാനമന്ത്രിയാകാൻ യോഗ്യനെന്ന് പറഞ്ഞ മൊറാർജി ദേശായി, നെഹ്റുവിന്റെ പുത്രി ഇന്ദിരാഗാന്ധി എന്നിവരാണ് പരിഗണനയിലുണ്ടായിരുന്നത്. ഭൂരിപക്ഷ നിലപാട് അനുസരിച്ച് ശാസ്ത്രിയെ പ്രധാനമന്ത്രിയാക്കി. ഇന്ദിരാഗാന്ധിക്ക് അപ്രധാനമായ വാർത്താ പ്രക്ഷേപണവകുപ്പ് നൽകി. മൊറാർജി ദേശായിയെ മന്ത്രിസഭയിൽ ഉൾക്കൊള്ളിച്ചില്ല.

താൻ ദുർബലനായ പ്രധാനമന്ത്രിയാണെന്ന ആരോപണങ്ങൾക്ക് ചുട്ട മറുപടി നൽകുന്നതായിരുന്നു ശാസ്ത്രിയുടെ പ്രകടനം. രണ്ടാം ഇന്ത്യാ–പാക് യുദ്ധത്തിൽ ശക്തമായി മുന്നേറാൻ ഇന്ത്യൻ സൈന്യത്തിന് സാധിച്ചു. കാർഷികോൽപ്പാദനത്തിന് ഊന്നൽ നൽകിക്കൊണ്ട് പദ്ധതികൾ തയാറാക്കി. 'ജയ് ജവാൻ, ജയ് കിസാൻ' എന്ന മുദ്രാവാക്യം നാടെങ്ങും മുഴങ്ങി. എന്നാൽ, സ്വപ്ന പദ്ധതികൾ യാഥാർഥ്യമാക്കാൻ ശാസ്ത്രിക്ക് സാധിച്ചില്ല. 1966 ൽ ശാസ്ത്രി അന്തരിച്ചു.

ഗുൽസാരിലാൽ നന്ദ വീണ്ടും കാവൽ പ്രധാനമന്ത്രിയായി. പുതിയ പ്രധാനമന്ത്രിയെ തിരഞ്ഞെടുക്കാനുള്ള കാമരാജിന്റെ ദൗത്യം കുറേക്കൂടി ദുഷ്കരമായിരുന്നു. ഇന്ദിരാഗാന്ധിയും മൊറാർജി ദേശായിയും തമ്മിലായിരുന്നു മത്സരം. നേതാക്കൾക്കിടയിൽ കൂടുതൽ പിന്തുണ ഇന്ദിരാഗാന്ധിക്കായിരുന്നു. എന്നാൽ, മൊറാർജി ദേശായി പിന്മാറാൻ തയാറായില്ല. 169 നെതിരെ 355 വോട്ട് നേടിയ ഇന്ദിരാഗാന്ധി പ്രധാനമന്ത്രിയായി. അന്ന് ഇന്ദിരയ്ക്ക് പ്രായം 49 വയസ്സ്. ഒരു ലോക രാജ്യത്തെ നയിക്കുന്ന രണ്ടാമത്തെ വനിതയായിരുന്നു ഇന്ദിരാഗാന്ധി. ആദ്യ വനിത ശ്രീലങ്കൻ പ്രസിഡന്റ് സിരിമാവോ ഭണ്ഡാരനായിക.

1967 ലെ ലോകസഭാ തിരഞ്ഞെടുപ്പ് ഇന്ദിരാഗാന്ധിക്ക് അഗ്നിപരീക്ഷയായിരുന്നു. പരാജയപ്പെട്ടാൽ അതോടെ ഇന്ദിരായുഗം അവസാനിക്കും.

വെട്ടി വീഴ്ത്താനായി മൊറാർജി ദേശായിയുടെ നേതൃത്വത്തിൽ ഒരു വിഭാഗം നേതാക്കൾ സജ്ജമായി നിൽക്കുകയാണ്. പാർട്ടിക്കകത്തെ അസ്വാരസ്യങ്ങൾ പലയിടങ്ങളിലും കോൺഗ്രസിനെ പിളർത്തി. രാജാ മാതാ വിജയരാജ സിന്ധ്യ മധ്യപ്രദേശിലെ ഗ്വാളിയോർ മേഖലയിലെ ശക്തയായ കോൺഗ്രസ് നേതാവായിരുന്നു. 1962 ലെ തിരഞ്ഞെടുപ്പിൽ ഗുണ മണ്ഡലത്തിൽനിന്ന് വിജയിച്ചു. നിയമസഭാ തിരഞ്ഞെടുപ്പിൽ തന്റെ വിശ്വസ്തർക്ക് സീറ്റ് നൽകിയില്ലെന്ന കാരണം പറഞ്ഞ് വിജയരാജ സിന്ധ്യയും മകൻ മാധവറാവു സിന്ധ്യയും കോൺഗ്രസ് വിട്ടു. കോടീ ശ്വരിയായ രാജ്ഞി അന്ന് മധ്യപ്രദേശ് രാഷ്ട്രീയത്തിലെ പ്രധാന ധന സ്രോതസായിരുന്നു. തിരഞ്ഞെടുപ്പിൽ കോൺഗ്രസിനെ തോൽപ്പിക്കാ നായി വിജയരാജ സിന്ധ്യ 30 ലക്ഷം രൂപ ചെലവഴിച്ചതായി രഹസ്യാ ന്വേഷണ വിഭാഗം റിപ്പോർട്ട് നൽകി. പല സംസ്ഥാനങ്ങളിലും നടന്ന ഉപതിരഞ്ഞെടുപ്പുകളിൽ കോൺഗ്രസ് തോറ്റു. ജനസംഘം മുൻകൈ യെടുത്ത് രൂപീകരിച്ച സംയുക്ത വിദായക ദൾ എന്ന മുന്നണി ചില സംസ്ഥാനങ്ങളിൽ കോൺഗ്രസിന് ഭീഷണി ഉയർത്തി. എന്നാൽ, സഖ്യ ത്തിന് സ്ഥായിയായ നിലനിൽപ്പ് ഉണ്ടായില്ല. കോൺഗ്രസിന് ശക്തമായ വെല്ലുവിളി ഉയർത്തി വളർന്നുകൊണ്ടിരുന്ന കമ്യൂണിസ്റ്റുപാർട്ടി 1964 ൽ പിളർന്നു. സി പി ഐ യെക്കൂടാതെ സി പി ഐ(എം) എന്ന പുതി യൊരു പാർട്ടികൂടി നിലവിൽ വന്നു. 8 ദേശീയ പാർട്ടികൾ ഉൾപ്പെടെ യുള്ള 26 പാർട്ടികളാണ് 1967 ലെ തിരഞ്ഞെടുപ്പിൽ മത്സരിച്ചത്. 2,20,20,740 കോടി വോട്ടർമാരിലെ 61.04 ശതമാനം പേർ വോട്ട് രേഖപ്പെടുത്തി, അതു വരെയുള്ള തിരഞ്ഞെടുപ്പുകളിലെ ഏറ്റവും മികച്ച പോളിങ്. ഏറ്റവും ഉയർന്ന പോളിങ് ലക്ഷദ്വീപിൽ 82.02 ശതമാനം. കുറഞ്ഞ പോളിങ് ഒഡീഷയിൽ 43.73 ശതമാനം. നിറംകെട്ട വിജയം നേടിയ കോൺഗ്രസിന് 283 സീറ്റുകൾ 40.78 ശതമാനം വോട്ടും ലഭിച്ചു. 44 സീറ്റും 8.67 ശത മാനം വോട്ടും നേടിയ സ്വതന്ത്ര പാർട്ടി രണ്ടാം സ്ഥാനത്തെത്തി. ഭാര തീയ ജനസംഘം 25 സീറ്റും 9.31 ശതമാനം വോട്ടും, സി പി ഐ 23 സീറ്റും 5.11 ശതമാനം വോട്ടും, സി പി ഐ (എം) 19 സീറ്റും 4.28 ശത മാനം വോട്ടും, പി എസ് പി 13 സീറ്റും 3.06 ശതമാനം വോട്ടും, എസ് എസ് പി 13 സീറ്റും 4.92 ശതമാനം വോട്ടും നേടി. സ്വതന്ത്ര പാർട്ടി ഗുജറാത്ത്, ഒഡീഷ, രാജസ്ഥാൻ എന്നീ സംസ്ഥാനങ്ങളിലും ജന സംഘം ദില്ലി, യു പി, മധ്യപ്രദേശ് എന്നീ സംസ്ഥാനങ്ങളിലും സംയുക്ത സോഷ്യലിസ്റ്റ് പാർട്ടി ബീഹാറിലും യു പി യിലും മികച്ച പ്രകടനം കാഴ്ചവെച്ചു. കേരളത്തിലും ബംഗാളിലും മദ്രാസിലും സി പി ഐ (എം) ഉം യു പി യിലും ബീഹാറിലും സി പി ഐ യും ശക്തി തെളിയിച്ചു. 25 സീറ്റുകൾ നേടി തമിഴ്നാട്ടിൽ ഡി എം കെ നടത്തിയ മുന്നേറ്റം കോൺഗ്ര സിനെ ഞെട്ടിച്ചു.

പ്രധാനമന്ത്രി ഇന്ദിരാഗാന്ധി യു പി യിലെ റായ്ബറേലിയിൽ വിജ യിച്ചു. ഇന്ദിരയുടെ ഭർത്താവ് ഫിറോസ് ഗാന്ധിയുടെ മണ്ഡലമായിരുന്നു

റായ്ബറേലി. നെഹ്റുവിന്റെ മണ്ഡലമായിരുന്ന ഫുൽപ്പൂരിൽനിന്ന് നെഹ്റുവിന്റെ സഹോദരി വിജയലക്ഷ്മി പണ്ഡിറ്റ് ആണ് വിജയിച്ചത്. മൊറാർജി ദേശായി സൂറത്തിൽനിന്ന് വീണ്ടും തിരഞ്ഞെടുക്കപ്പെട്ടു. ജ്യോതി ബസു ബംഗാളിലെ ഡയമണ്ട് ഹാർബറിൽനിന്നും അണ്ണാദുരൈ മദ്രാസ് സൗത്തിൽനിന്നും വിജയിച്ചു. കോൺഗ്രസ് ഇതര പാർട്ടികളും പ്രാദേശിക പാർട്ടികളും ഇന്ത്യൻ രാഷ്ട്രീയത്തിൽ വേരുറപ്പിക്കുന്നതിന്റെ സൂചനയാണ് 67 ലെ തിരഞ്ഞെടുപ്പ് ഫലം നൽകിയത്. ജവാഹർലാൽ നെഹ്റുവിന്റെ അസാന്നിധ്യത്തിലും തിരഞ്ഞെടുപ്പിൽ ജയിക്കാനായ തിന്റെ ആശ്വാസത്തിലായിരുന്നു കോൺഗ്രസ് നേതൃത്വം.

ഇന്ദിരാഗാന്ധി മന്ത്രിസഭ

പ്രധാനമന്ത്രി: ഇന്ദിരാഗാന്ധി

ഇന്ദിരാഗാന്ധി (ആണവോർജം), മൊറാർജി ദേശായി (ധനം), വൈ ബി ചവാൻ (ആഭ്യന്തരം), സ്വരൺ സിങ് (പ്രതിരോധം), എം സി ഛഗ്ല (വിദേശകാര്യം), ദിനേശ് സിങ് (വാണിജ്യം), ജയ്സുഖ് ലാൽ ഹാത്തി (തൊഴിൽ, പുനരുദ്ധാരണം), ജഗ്ജീവൻ റാം (ഭക്ഷ്യം, കൃഷി), അശോക് മേത്ത (ആസൂത്രണം, പെട്രോളിയം, കെമിക്കൽസ്, സാമൂഹ്യക്ഷേമം), പി ഗോവിന്ദമേനോൻ (നിയമം), സി എം പൂനാച്ച (റെയിൽവേ), രാം സുബാഗ് സിങ് (പാർലമെന്ററികാര്യം, വാർത്താവി നിമയം), വി കെ ആർ വി റാവു (ഗതാഗതം, ഷിപ്പിങ്), കോടർദാസ് കാളിദാസ് ഷാ (വാർത്താ പ്രക്ഷേപണം), ഫക്രുദ്ദീൻ അലി അഹമ്മദ് (വ്യവസായ വികസനം, കമ്പനികാര്യം), ചന്ന റെഡ്ഡി (ഉരുക്ക്, ഖനി), കരൺസിങ് (ടൂറിസം, വ്യോമയാനം).

ഇവർക്കുപുറമെ 17 സഹമന്ത്രിമാരും 20 ഉപമന്ത്രിമാരും മന്ത്രിസഭ യിൽ ഉണ്ടായിരുന്നു.

1967 ലോകസഭ (518)

പാർട്ടി	സീറ്റ്	ശതമാനം
കോൺഗ്രസ്	283	40.78%
സ്വതന്ത്രപാർട്ടി	44	8.07%
ജനസംഘം	25	9.31%
സി പി ഐ	23	5.11%
സി പി ഐ(എം)	19	4.28%
പി എസ് പി	13	3.06%
എസ് എസ് പി	13	4.92%

കേരളം

മണ്ഡലം	**വിജയി**	**പാർട്ടി**
കാസർഗോഡ്	എ കെ ഗോപാലൻ	സി പി ഐ(എം)
വടകര	എ ശ്രീധരൻ	എസ് എസ് പി
കോഴിക്കോട്	ഇബ്രാഹിം സുലൈമാൻ സേഠ്	മുസ്ലിം ലീഗ്
മഞ്ചേരി	എം എം ഇസ്മയിൽ	മുസ്ലിം ലീഗ്
പൊന്നാനി (സംവരണം)	സി കെ ചക്രപാണി	സി പി ഐ(എം)
പാലക്കാട്	ഇ കെ നായനാർ	സി പി ഐ(എം)
തൃശ്ശൂർ	സി ജനാർദനൻ	സി പി ഐ
മുകുന്ദപുരം	പനമ്പിള്ളി ഗോവിന്ദമേനോൻ	കോൺഗ്രസ്
എറണാകുളം	വി വി മേനോൻ	സി പി ഐ(എം)
മൂവാറ്റുപുഴ	പി പി എസ്തോസ്	സി പി ഐ(എം)
പീരുമേട്	പി കെ വാസുദേവൻ നായർ	സി പി ഐ
കോട്ടയം	കെ എം എബ്രഹാം	സി പി ഐ(എം)
അമ്പലപ്പുഴ	എസ് ഗോപാലൻ	സി പി ഐ(എം)
മാവേലിക്കര	ജി പി മംഗലത്തുമഠം	എസ് എസ് പി
അടൂർ (സംവരണം)	പി സി അടിയൻ	സി പി ഐ
കൊല്ലം	എൻ എസ് നായർ	സ്വതന്ത്രൻ
ചിറയിൻകീഴ്	കെ അനിരുദ്ധൻ	സി പി ഐ(എം)
തിരുവനന്തപുരം	പി വിശ്വംഭരൻ	എസ് എസ് പി

5

1971

ഗരീബി ഹഠാവോ

രാജ്യം മുഴുവൻ മുദ്രാവാക്യങ്ങൾ മുഴങ്ങിക്കേട്ട തിരഞ്ഞെടുപ്പായിരുന്നു എഴുപത്തി ഒന്നിലേത്. 'ഗരീബി ഹഠാവോ' (ദാരിദ്ര്യം ഇല്ലാതാക്കൂ) എന്നതായിരുന്നു ഇന്ദിരാഗാന്ധിയുടെ പ്രധാന പ്രചാരണ മുദ്രാവാക്യം. ഇതിന് ബദലായി അന്ന് പ്രതിപക്ഷം 'ഇന്ദിരാ ഹഠാവോ' എന്ന മുദ്രാവാക്യമിറക്കി. കോൺഗ്രസിന്റെ തിരഞ്ഞെടുപ്പ് റാലികളിൽ പ്രതിപക്ഷത്തിന്റെ മുദ്രാവാക്യത്തിന് ഇന്ദിര ഇങ്ങനെയാണ് മറുപടി പറഞ്ഞത്:

"വൊ ഗേത്തി ഹെ ഇന്ദിരാ ഹഠാവോ, ഹം ഗേത്തി ഹെ ഗരീബി ഹഠാവോ" (അവർ ഇന്ദിരയെ മാറ്റണമെന്ന് പറയുമ്പോൾ നമ്മൾ ദാരിദ്ര്യം ഇല്ലാതാക്കണം എന്നു പറയുന്നു).

1967 മുതൽ 1971 വരെയുള്ള കാലയളവിനുള്ളിൽ കോൺഗ്രസ് രാഷ്ട്രീയം കലങ്ങിമറിഞ്ഞു. ഇന്ത്യക്ക് സ്വാതന്ത്ര്യം നേടുന്നതിൽ നിർണായക പങ്കുവഹിച്ച ഇന്ത്യൻ നാഷണൽ കോൺഗ്രസ് എന്ന പാർട്ടി നെടുകെ പിളർന്നു.

കോൺഗ്രസ് പരിഷ്കരണ വിഭാഗവും പിന്നീട് കോൺഗ്രസ് ഇന്ദിരയുമായി. മറുവിഭാഗം സംഘടനാ കോൺഗ്രസ് ആയി മാറി.

ഇന്ദിരാസർക്കാരിന്റെ തുടക്കം മുതൽക്കുതന്നെ ആഭ്യന്തര പ്രശ്നങ്ങൾ സങ്കീർണമായി. മൊറാർജി ദേശായി ആയിരുന്നു ധനമന്ത്രി. ഇരുവരും പരസ്പരം വെട്ടാൻ വാളോങ്ങിനിന്നു.

ഇന്ദിരാഗാന്ധി നേരിട്ട് ഏറ്റുമുട്ടുന്നതിനുപകരം ചന്ദ്രശേഖറിന്റെ നേതൃത്വത്തിലുള്ള 'യുവതുർക്കി'കളിലൂടെയാണ് മൊറാർജി ദേശായിയെ ആക്രമിച്ചത്. മൊറാർജി ദേശായിയുടെ മകൻ കാന്തി ദേശായിക്കെതിരെ ആദ്യം അഴിമതി ആരോപണം ഉന്നയിച്ചു. വിഷയം വേണ്ടത്ര കത്തിയില്ലെന്ന് ബോധ്യപ്പെട്ടപ്പോൾ ആക്രമണം മൊറാർജിക്ക് എതിരെ തന്നെയാക്കി. ധനമന്ത്രി എല്ലാ നിയമങ്ങളും ലംഘിച്ച് വ്യവസായ പ്രമുഖർക്ക് ലൈസൻസുകൾ നൽകുകയാണെന്ന് ചന്ദ്രശേഖർ ആരോപിച്ചു. പിതാവ് ജവാഹർലാൽ

നെഹ്റുവിന്റെ പാത പിന്തുടർന്ന് സോഷ്യലിസ്റ്റ് നയങ്ങൾ ഊർജിതമാക്കി നടപ്പിലാക്കുമെന്ന് ഇന്ദിരാഗാന്ധി പ്രഖ്യാപിച്ചു. മുഖ്യ ഉപദേശകൻ പി എൻ ഹക്സറായിരുന്നു പത്തിന സോഷ്യലിസ്റ്റ് പരിപാടികൾ പ്രഖ്യാപിച്ചത്. ബാങ്ക് ദേശസാൽക്കരണം, മുൻ നാട്ടുരാജാക്കന്മാർക്ക് നൽകുന്ന പ്രിവി പർസസ് നിർത്തലാക്കുക, തൊഴിലാളികളുടെ മിനിമംകൂലി ഉറപ്പുവരുത്തുക തുടങ്ങിയ പ്രഖ്യാപനങ്ങൾ ജനപ്രിയമായിരുന്നു. എന്നാൽ ഇവയൊന്നും മൊറാർജി ദേശായിക്ക് രുചിച്ചില്ല. ചർച്ചകളിലൂടെ തർക്കം പരിഹരിക്കണമെന്ന് പല മുതിർന്ന നേതാക്കളും ഇന്ദിരാഗാന്ധിയെ ഉപദേശിച്ചു. മൊറാർജി ദേശായിയെ ധനമന്ത്രി സ്ഥാനത്തുനിന്ന് പുറത്താക്കിക്കൊണ്ടാണ് ഇന്ദിരാഗാന്ധി പ്രതികരിച്ചത്. തൊട്ടുപിന്നാലെ രാജ്യത്തെ പതിനാല് ബാങ്കുകൾ ദേശസാൽക്കരിച്ചുകൊണ്ടുള്ള ഓർഡിനൻസ് പുറപ്പെടുവിച്ചു. പാർട്ടിയെ പൂർണമായും കൈപ്പിടിയിലൊതുക്കാൻ തീരുമാനിച്ച ഇന്ദിരാഗാന്ധിക്ക് വീണുകിട്ടിയ സുവർണാവസരമായിരുന്നു രാഷ്ട്രപതി തിരഞ്ഞെടുപ്പ്. 1969 ൽ രാഷ്ട്രപതി ഡോ. സക്കീർ ഹുസൈൻ അന്തരിച്ചു. നീലം സഞ്ജീവ റെഡ്ഡിയെ കോൺഗ്രസ് ഔദ്യോഗിക സ്ഥാനാർഥിയായി പ്രഖ്യാപിച്ചു. ഇന്ദിരാഗാന്ധി വി വി ഗിരിയെ സ്വതന്ത്രസ്ഥാനാർഥിയായി മത്സരിപ്പിച്ചു. ജനസംഘവും സ്വതന്ത്ര പാർട്ടിയുമെല്ലാം ചേർന്ന് ജസ്റ്റിസ് കെ സുബ്ബറാവുവിനെ സ്ഥാനാർഥിയാക്കി. സഞ്ജീവറെഡ്ഡി പരാജയപ്പെടാനുള്ള സാധ്യത മുന്നിൽ കണ്ട കോൺഗ്രസ് അധ്യക്ഷൻ നിജലിംഗപ്പ സഞ്ജീവറെഡ്ഡിക്ക് വോട്ട് ചെയ്യണമെന്ന് ആഹ്വാനം ചെയ്യാൻ ഇന്ദിരാഗാന്ധിയോട് ആവശ്യപ്പെട്ടു. ആവശ്യം തള്ളിയ ഇന്ദിരാഗാന്ധി മനഃസാക്ഷി വോട്ടിനാണ് ആഹ്വാനം നൽകിയത്. അതോടെ സഞ്ജീവറെഡ്ഡിക്ക് പിന്തുണ ആരാഞ്ഞുകൊണ്ട് നിജലിംഗപ്പ ജനസംഘം, സ്വതന്ത്ര പാർട്ടികളുടെ നേതാക്കളുമായി ചർച്ച നടത്തി. സർക്കാരിനെ താഴെ ഇറക്കാൻ കോൺഗ്രസ് അധ്യക്ഷൻ പ്രതിപക്ഷവുമായി കൂട്ടുചേരുകയാണെന്ന് ഇന്ദിരാഗാന്ധിയുടെ ആരോപണത്തിന് കോൺഗ്രസ് എം പി മാരുടെയും എം എൽ എമാരുടെയും പിന്തുണ ലഭിച്ചു. രാജ്യം കണ്ട ഏറ്റവും വാശിയേറിയ രാഷ്ട്രപതി തിരഞ്ഞെടുപ്പിൽ ഇന്ദിരാഗാന്ധിയുടെ സ്ഥാനാർഥി വി വി ഗിരി വിജയിച്ചു. ഒട്ടും കാത്തുനിൽക്കാതെ നിജലിംഗപ്പ ഇന്ദിരാഗാന്ധിയെ കോൺഗ്രസിൽനിന്ന് പുറത്താക്കി. അതോടെ കോൺഗ്രസിലെ പിളർപ്പ് പൂർത്തിയായി.

1971 ലെ തിരഞ്ഞെടുപ്പ് ഇരുവിഭാഗം കോൺഗ്രസുകൾക്കും അഭിമാനപ്രശ്നമായി മാറി. ആരാണ് യഥാർഥ കോൺഗ്രസ് എന്നതായിരുന്നു ചോദ്യം. പ്രചാരണത്തിനായി 36,000 മൈൽ യാത്ര ചെയ്ത ഇന്ദിരാഗാന്ധി 300 പൊതുയോഗങ്ങളെ അഭിസംബോധന ചെയ്തു. 2 കോടി വോട്ടർമാരെ നേരിൽ കണ്ട് ഇന്ദിര വോട്ട് അഭ്യർഥിച്ചു. പുതിയതായി രൂപീകരിച്ച സംഘടനാ കോൺഗ്രസ് ഉൾപ്പെടെ 8 ദേശീയ പാർട്ടികൾ തിരഞ്ഞെടുപ്പിൽ മത്സരിച്ചു. തിരഞ്ഞെടുപ്പിന് ഏറെ രാഷ്ട്രീയ പ്രാധാന്യം ഉണ്ടായിട്ടും 27,41,89,132 വോട്ടർമാരിലെ 55.27 ശതമാനം പേർ മാത്രമാണ് സമ്മതിദാനാവകാശം വിനിയോഗിച്ചത്. ഉയർന്ന പോളിങ് തമിഴ്നാട്ടിൽ, 78.2 ശതമാനം. കുറഞ്ഞ പോളിങ് മധ്യപ്രദേശിൽ, 41.19 ശതമാനം.

തിരഞ്ഞെടുപ്പിൽ ഇന്ദിരാ കോൺഗ്രസ് വൻ വിജയം നേടി. 518 ലോകസഭാ സീറ്റുകളിലെ 352 ഉം കോൺഗ്രസിന് ലഭിച്ചു. എന്നാൽ പോൾ ചെയ്ത വോട്ടുകളിലെ 43.68 ശതമാനം മാത്രമാണ് ഇന്ദിരാ കോൺഗ്ര

സിന് ലഭിച്ചത്. കക്ഷി നിലയിൽ സി പി ഐ(എം) രണ്ടാം സ്ഥാനത്തെത്തി, 25 സീറ്റുകൾ. സി പി ഐയ്ക്ക് 23 ഉം ജനസംഘത്തിന് 22 ഉം സംഘടനാ കോൺഗ്രസിന് 16 ഉം പി എസ് പിക്ക് 2 ഉം എസ് എസ് പിക്ക് 3 ഉം സ്വതന്ത്ര പാർട്ടിക്ക് 8 ഉം സീറ്റുകൾ ലഭിച്ചു. ഇന്ദിരയോട് ഏറ്റുമുട്ടി തകർന്നടിഞ്ഞെങ്കിലും സംഘടനാ കോൺഗ്രസ് 10.43 ശതമാനം വോട്ട് നേടി. മൊറാർജി ദേശായിയുടെ തട്ടകമായ ഗുജറാത്തിൽ സംഘടനാ കോൺഗ്രസ് മികച്ച പ്രകടനമാണ് കാഴ്ചവെച്ചത്.

ഇന്ദിരാഗാന്ധി റായ്ബറേലിയിൽനിന്ന് തിരഞ്ഞെടുക്കപ്പെട്ടു. സോഷ്യലിസ്റ്റ് പാർട്ടിയിലെ രാജ്നാരായണനെയാണ് ഇന്ദിരാഗാന്ധി തോൽപ്പിച്ചത്. ഭൂരിപക്ഷം 1,11,810. വി പി സിങ് ഫുൽപ്പൂരിൽനിന്നും ഗുൽസാരിലാൽ നന്ദ കൈത്താളിൽനിന്നും വിജയിച്ചു. പ്രതിപക്ഷ നിരയിലെ നിരവധി പ്രമുഖർ ജയിച്ചുകയറി. മൊറാർജി ദേശായി (സൂറത്ത്), എ കെ ഗോപാലൻ (പാലക്കാട്), ജ്യോതി ബസു (ഡയമണ്ട് ഹാർബർ), സോമനാഥ് ചാറ്റർജി (ബർദ്വൻ), എ ബി വാജ്പേയി (ഗ്വാളിയോർ) എന്നിങ്ങനെ ഇന്ത്യൻ രാഷ്ട്രീയത്തിൽ തിളങ്ങിനിന്നവരും തിളങ്ങാൻ പോകുന്നവരുമായ നിരവധി നേതാക്കൾ ആ ലോകസഭയിൽ ഉണ്ടായിരുന്നു.

കോൺഗ്രസ് വിട്ട വി കെ കൃഷ്ണമേനോൻ തിരുവനന്തപുരത്ത് സ്വതന്ത്രസ്ഥാനാർഥിയായി മത്സരിച്ച് വിജയിച്ചു. സി പി ഐ (എം) കൃഷ്ണ മേനോനെ പിന്തുണച്ചിരുന്നു. പി എസ് പി യിലെ ഡി ദാമോദരൻ പോറ്റിയെയാണ് കൃഷ്ണമേനോൻ തോൽപ്പിച്ചത്. കാസർഗോഡ് മണ്ഡലത്തിൽ ഇ കെ നായനാരെ കോൺഗ്രസിലെ കടന്നപ്പള്ളി രാമചന്ദ്രൻ തോൽപ്പിച്ചത് ശ്രദ്ധേയമായ അട്ടിമറിയായിരുന്നു. മധ്യപ്രദേശിലെ ഗുണ മണ്ഡലത്തിൽനിന്ന് ഗ്വാളിയോർ രാജകുമാരൻ മാധവറാവു സിന്ധ്യ ജനസംഘം സ്ഥാനാർഥിയായി മത്സരിച്ച് ജയിച്ചു.

1971 ലെ തിരഞ്ഞെടുപ്പ് ഫലം ഇന്ദിരാഗാന്ധി നടപ്പിലാക്കിയ സോഷ്യലിസ്റ്റ് നയങ്ങൾക്ക് ജനങ്ങൾ നൽകിയ അംഗീകാരമായിരുന്നു. പിതാവ് ജവാഹർലാൽ നെഹ്റുവിനേക്കാൾ ശക്തയായ നേതാവായി പുത്രി ഇന്ദിരാഗാന്ധി ഉയർന്നു. നയങ്ങൾക്ക് ലഭിച്ച അംഗീകാരമാണ് തിരഞ്ഞെടുപ്പ് ഫലമെന്ന യാഥാർഥ്യം ഉൾക്കൊള്ളാൻ ഇന്ദിരാഗാന്ധിക്കായില്ല. ഏറെ അനുകൂല സാഹചര്യമുണ്ടായിട്ടും ഇന്ദിരാ കോൺഗ്രസിന് ലഭിച്ചത് 43.08 ശതമാനം വോട്ടാണ്. ഇന്ദിരാ വിരുദ്ധശക്തികൾ യോജിച്ച് നിന്നാൽ ഫലം മറിച്ചാകുമായിരുന്നു.

ഇന്ദിരാഗാന്ധി മന്ത്രിസഭ

പ്രധാനമന്ത്രി: ഇന്ദിരാഗാന്ധി

ഇന്ദിരാഗാന്ധി (ആണവോർജം, ആഭ്യന്തരം, വാർത്താവിനിമയം), വൈ ബി ചവാൻ (ധനകാര്യം), ജഗ്ജീവൻ റാം (പ്രതിരോധം), സ്വരൺസിങ് (വിദേശകാര്യം), എം എച്ച് ചൗധരി (വ്യവസായ വികസനം), കെ കെ ഷാ (ആരോഗ്യം), ഉമാശങ്കർ ദീക്ഷിത് (ഭവനം, കുടുംബാസൂത്രണം), എച്ച് ആർ ഗോഖലെ (നിയമം), കെ ഹനുമന്തയ്യ (റെയിൽവേ), മോഹൻകുമാരമംഗലം (ഉരുക്ക്, ഖനി), രാജ് ബഹാദൂർ (പാർലമെന്ററികാര്യം, ഷിപ്പിങ്, ഗതാഗതം), സിദ്ധാർഥ് ശങ്കർ റേ (വിദ്യാഭ്യാസം, സാമൂഹ്യക്ഷേമം, സംസ്കാരം), കരൺസിങ് (ടൂറിസം, വ്യോമയാനം, സി ജി സുബ്രഹ്മണ്യം (ആസൂത്രണം).

ഇവർക്കുപുറമെ 21 സഹമന്ത്രിമാരും 19 ഉപമന്ത്രിമാരും മന്ത്രിസഭയിൽ ഉണ്ടായിരുന്നു.

1971 ലോകസഭാ തിരഞ്ഞെടുപ്പ് ഫലം

പാർട്ടി	സീറ്റുകൾ	പോളിങ്ശതമാനം
കോൺഗ്രസ് (ഐ)	352	43.08%
സി പി ഐ (എം)	25	5.12%
സി പി ഐ	23	4.73%
ജനസംഘം	22	7.35%
കോൺഗ്രസ് (ഒ)	16	10.43%
പി എസ് പി	2	1.04%
എസ് എസ് പി	3	2.43%
സ്വതന്ത്ര പാർട്ടി	8	3.07%

1971 കേരളത്തിലെ തിരഞ്ഞെടുപ്പ് ഫലങ്ങൾ

മണ്ഡലം	വിജയി	പാർട്ടി
കാസർഗോഡ്	രാമചന്ദ്രൻ കടന്നപ്പള്ളി	കോൺഗ്രസ്(ഐ)
തലശ്ശേരി	സി കെ ചന്ദ്രപ്പൻ	സി പി ഐ
വടകര	കെ പി ഉണ്ണികൃഷ്ണൻ	കോൺഗ്രസ്(ഐ)
കോഴിക്കോട്	ഇബ്രാഹിം സുലൈമാൻ സേഠ്	മുസ്ലിംലീഗ്
മഞ്ചേരി	മുഹമ്മദ് ഇസ്മായിൽ സാഹിബ്	മുസ്ലിംലീഗ്
പൊന്നാനി (സംവരണം)	എം കെ കൃഷ്ണൻ	സി പി ഐ(എം)
പാലക്കാട്	എ കെ ഗോപാലൻ	സി പി ഐ(എം)
തൃശ്ശൂർ	സി ജനാർദ്ദനൻ	സി പി ഐ
മുകുന്ദപുരം	എ സി ജോസ്	കോൺഗ്രസ്(ഐ)
എറണാകുളം	ഹെൻറി ഓസ്റ്റിൻ	കോൺഗ്രസ്(ഐ)
മൂവാറ്റുപുഴ	സി എം സ്റ്റീഫൻ	കോൺഗ്രസ്(ഐ)
പീരുമേട്	എം എം ജോസഫ്	കേരള കോൺഗ്രസ്
കോട്ടയം	വർക്കി ജോർജ്	കേരള കോൺഗ്രസ്
അമ്പലപ്പുഴ	കെ ബാലകൃഷ്ണൻ	ആർ എസ് പി
മാവേലിക്കര	ആർ ബാലകൃഷ്ണപിള്ള	കേരള കോൺഗ്രസ്
അടൂർ (സംവരണം)	കെ ഭാർഗ്ഗവി	സി പി ഐ
കൊല്ലം	എൻ ശ്രീകണ്ഠൻ നായർ	ആർ എസ് പി
ചിറയിൻകീഴ്	വയലാർ രവി	കോൺഗ്രസ്(ഐ)
തിരുവനന്തപുരം	വി കെ കൃഷ്ണമേനോൻ	സ്വതന്ത്രൻ

6

1977
ഇന്ദിരയ്ക്കെതിരെ ജനവിധി

ആശയങ്ങൾക്ക് ജനങ്ങൾ നൽകിയ അംഗീകാരം വ്യക്തിഗത നേട്ടമാണെന്ന് നേതാക്കൾ കരുതിയാൽ ഉണ്ടാകുന്ന പ്രത്യാഘാതങ്ങൾക്കാണ് 1971 മുതൽ 1977 വരെയുള്ള വർഷങ്ങളിൽ ഇന്ത്യ സാക്ഷ്യം വഹിച്ചത്. ചെറുകാറുകൾ നിർമിക്കാൻ അനുമതി നേടിക്കൊണ്ട് ലഭിച്ച 18 അപേക്ഷകൾ തള്ളിക്കളഞ്ഞ ഇന്ദിരാഗാന്ധി കാർ നിർമാണത്തിൽ യാതൊരു പരിചയവുമില്ലാത്ത മകൻ സഞ്ജയ് ഗാന്ധിയുടെ കമ്പനിക്ക് അനുമതി നൽകി. ഹരിയാന മുഖ്യമന്ത്രി ബൻസിലാൽ തുച്ഛമായ വിലയ്ക്ക് 300 ഏക്കർ ഭൂമി കമ്പനിക്ക് നൽകി. ഇന്ദിരാഗാന്ധിയുടെ നടപടികൾ വിശ്വസ്തരെപ്പോലും ഞെട്ടിച്ചു. പക്ഷേ, ചോദ്യംചെയ്യാൻ അധികമാർക്കും ധൈര്യം ഉണ്ടായിരുന്നില്ല. മൂന്ന് മുതിർന്ന ജസ്റ്റിസുമാരെ മറികടന്ന് ജസ്റ്റിസ് എ എൻ റേയെ സുപ്രീംകോടതി ചീഫ് ജസ്റ്റിസായി ഇന്ദിരാഗാന്ധി നിയമിച്ചതായിരുന്നു അടുത്ത സംഭവം. ഏറെക്കാലം നിശ്ശബ്ദതയിലായിരുന്ന ജയപ്രകാശ് നാരായണൻ നീതിപീഠത്തിന്റെ പ്രവർത്തനങ്ങളിൽ ഇന്ദിരാഗാന്ധി നടത്തുന്ന ഇടപെടലുകൾക്കെതിരെ ശക്തമായി രംഗത്തുവന്നു. അക്കാലത്ത് നിയമസഭകളിലേക്ക് നടന്ന തിരഞ്ഞെടുപ്പുകളിൽ കോൺഗ്രസിന് തിരിച്ചടിയേറ്റു. ഇന്ദിരാഗാന്ധിയുടെ ഏകാധിപത്യ ഭരണത്തിനെതിരെയുള്ള മുന്നറിയിപ്പായിരുന്നു തിരഞ്ഞെടുപ്പ് ഫലങ്ങൾ.

1971 ലെ ലോകസഭാ തിരഞ്ഞെടുപ്പിൽ റായ്ബറേലിയിൽനിന്ന് ഇന്ദിരാഗാന്ധി തിരഞ്ഞെടുക്കപ്പെട്ടതിനെ ചോദ്യം ചെയ്ത് എതിർ സ്ഥാനാർഥി രാജ്നാരായണൻ അലഹാബാദ് ഹൈക്കോടതിയിൽ തിരഞ്ഞെടുപ്പ് ഹർജി സമർപ്പിച്ചിരുന്നു. ഇന്ദിരാഗാന്ധി പ്രചാരണത്തിനായി ഔദ്യോഗിക സംവിധാനം ദുരുപയോഗം ചെയ്തു, തിരഞ്ഞെടുപ്പ് ചട്ടം ലംഘിച്ചു തുടങ്ങിയ വസ്തുതകൾ തെളിവുകൾ സഹിതം രാജ്നാരായണൻ കോട

തിയിൽ ബോധിപ്പിച്ചു. ഇന്ദിരാഗാന്ധിയുടെ പ്രചാരണം ആരംഭിച്ച ഘട്ടത്തിൽ ഇന്ദിരയുടെ ഇലക്ഷൻ ഏജന്റ് യശ്പാൽ കപൂർ സർക്കാർ ഉദ്യോഗം രാജിവെച്ചിരുന്നില്ലെന്ന് കോടതി കണ്ടെത്തി. ഇന്ദിരയ്ക്ക് പ്രസംഗിക്കാനായി യു പി സർക്കാർ പ്രത്യേകം പ്രസംഗപീഠങ്ങൾ നിർമിച്ചതും ചട്ടലംഘനമാണെന്ന് കോടതിക്ക് ബോധ്യപ്പെട്ടു. ഇതിന്റെ അടിസ്ഥാനത്തിൽ ജസ്റ്റിസ് ജഗ്മോഹൻലാൽ സിൻഹ ഇന്ദിരാഗാന്ധിയുടെ തിരഞ്ഞെടുപ്പ് അസാധുവാക്കി. പ്രധാനമന്ത്രിയുടെ പാർലമെന്റ് അംഗത്വം കോടതി റദ്ദാക്കുന്നത് ലോകചരിത്രത്തിൽത്തന്നെ ആദ്യത്തെ സംഭവമായിരുന്നു. അലഹാബാദ് ഹൈക്കോടതി വിധി ഉപാധികളോടെ സുപ്രീം കോടതി സ്റ്റേ ചെയ്തു. പ്രധാനമന്ത്രിക്ക് പാർലമെന്റ് സമ്മേളനത്തിൽ പങ്കെടുക്കാം. എന്നാൽ വോട്ട് ചെയ്യാൻ അവകാശമുണ്ടാകില്ലെന്നായിരുന്നു ജസ്റ്റിസ് വി ആർ കൃഷ്ണയ്യരുടെ ഇടക്കാല ഉത്തരവ്. 1974 ജൂൺ 23 നാണ് സുപ്രീംകോടതി ഇടക്കാല ഉത്തരവ് പുറപ്പെടുവിച്ചത്. രണ്ടുദിവസങ്ങൾക്കുശേഷം, ജൂൺ 25 ന് രാജ്യത്ത് അടിയന്തരാവസ്ഥ പ്രഖ്യാപിച്ചുകൊണ്ടുള്ള ഉത്തരവ് രാഷ്ട്രപതി ഫക്രുദ്ദീൻ അലി അഹമ്മദ് പുറപ്പെടുവിച്ചു. തൊട്ടുപിന്നിൽ ജയപ്രകാശ് നാരായൺ, മൊറാർജി ദേശായി എന്നു തുടങ്ങി പ്രമുഖരായ പ്രതിപക്ഷ നേതാക്കളെ കൂട്ടത്തോടെ അറസ്റ്റുചെയ്ത് ജയിലിലടച്ചു. സഞ്ജയ് ഗാന്ധി, ബൻസിലാൽ, പശ്ചിമബംഗാൾ മുഖ്യമന്ത്രി സിദ്ധാർഥ ശങ്കർ റേ, വാർത്താ പ്രക്ഷേപണ വകുപ്പു മന്ത്രി വി സി ശുക്ല തുടങ്ങിയവരടങ്ങിയ 'കിച്ചൺ ക്യാബിറ്റ്' ആണ് പിന്നീട് രാജ്യം ഭരിച്ചത്. പത്രങ്ങൾക്ക് സെൻസർഷിപ്പ് ഏർപ്പെടുത്തി. എതിർത്ത പത്രപ്രവർത്തകരെ ജയിലിലടച്ചു. പ്രശസ്ത ഗായകൻ കിഷോർ കുമാർ ഇന്ദിരാഗാന്ധി പങ്കെടുത്ത ഒരു റാലിയിൽ സംഗീതം ആലപിക്കാൻ തയാറാവാത്തതിനെത്തുടർന്ന് കിഷോർ കുമാറിന്റെ ഗാനങ്ങൾക്ക് ആകാശവാണി വിലക്ക് ഏർപ്പെടുത്തി. കേരളത്തിലും പശ്ചിമ ബംഗാളിലും സി പി ഐ(എം) നേതാക്കളും പ്രവർത്തകരും മൃഗീയ മർദനങ്ങൾക്ക് ഇരയായി. സിദ്ധാർഥ ശങ്കർ റേ സർക്കാരിന്റെ പിന്തുണയോടെ ബംഗാളിൽ നടന്ന അതിക്രമങ്ങളിൽ നൂറുകണക്കിന് സി പി ഐ(എം) പ്രവർത്തകർ കൊല്ലപ്പെട്ടു. 22,000 കുടുംബങ്ങൾ ഗ്രാമങ്ങൾ വിട്ടുപോയി. നഗരസൗന്ദര്യവൽക്കരണമെന്ന പേരിൽ സഞ്ജയ് ഗാന്ധി ദില്ലിയിലെ ദരിദ്രർ താമസിച്ചിരുന്ന ചേരികൾ ഇടിച്ചുനിരത്തി. നിരവധി ചെറുപ്പക്കാരെ നിർബന്ധിത വന്ധ്യംകരണത്തിന് വിധേയമാക്കി. സർക്കാർ മർദന മുറകളിലൂടെ എതിർശബ്ദങ്ങളെ നിർവീര്യമാക്കാൻ ശ്രമിക്കുമ്പോൾ മറുവശത്ത് പ്രതിഷേധവുമായി ലക്ഷങ്ങളാണ് തെരുവിലിറങ്ങിയത്.

ഇനിയും പിടിച്ചു നിൽക്കാനാവില്ലെന്ന് ബോധ്യപ്പെട്ട ഇന്ദിരാഗാന്ധി 1977 ജനുവരി 18 ന് അടിയന്തരാവസ്ഥ പിൻവലിച്ചതായി പ്രഖ്യാപിച്ചു. ഒപ്പം പൊതുതിരഞ്ഞെടുപ്പും പ്രഖ്യാപിച്ചു. തൊട്ടടുത്ത ദിവസം ദില്ലിയിലെ മൊറാർജി ദേശായിയുടെ വസതിയിൽ ജനസംഘം, ഭാരതീയ

ലോക്ദൾ, സോഷ്യലിസ്റ്റ് പാർട്ടി, സംഘടനാ കോൺഗ്രസ് എന്നീ പാർട്ടികളുടെ നേതാക്കൾ യോഗം ചേർന്നു. ലോകസഭാ തിരഞ്ഞെടുപ്പിൽ ഒരു പൊതു ചിഹ്നത്തിൽ മത്സരിക്കാൻ നേതാക്കൾ തീരുമാനിച്ചു.

നാല് പാർട്ടികളുടെ കൂട്ടായ്മയായ പുതിയ പാർട്ടിക്ക് ജനത പാർട്ടി എന്ന് പേരിട്ടു. ജനുവരി 23 ന് ജയപ്രകാശ് നാരായൺ പുതിയ പാർട്ടി ഔദ്യോഗികമായി ഉദ്ഘാടനം ചെയ്തു. ജനതാ പാർട്ടിയുടെ രൂപീകരണത്തിന് തൊട്ടുപിന്നാലെ മുതിർന്ന നേതാവ് ജഗ്ജീവൻ റാം മന്ത്രിസഭയിൽനിന്നും കോൺഗ്രസിൽനിന്നും രാജിവെച്ചു. അടിയന്തരാവസ്ഥ പ്രമേയം മാസങ്ങൾക്കുമുമ്പ് ലോകസഭയിൽ അവതരിപ്പിച്ച ജഗ്ജീവൻ റാം അടിയന്തരാവസ്ഥയെ തള്ളിപ്പറഞ്ഞത് ഇന്ദിരാഗാന്ധിയെ നടുക്കി. കോൺഗ്രസ് ഫോർ ഡെമോക്രസി എന്ന പേരിൽ പുതിയ പാർട്ടി രൂപീകരിച്ച ജഗ്ജീവൻ റാം ജനതാപാർട്ടിയുമായി യോജിച്ച് തിരഞ്ഞെടുപ്പിൽ മത്സരിച്ചു.

പ്രതിപക്ഷ പ്രചരണത്തെ നേരിടാനായി ഏറ്റവും തരംതാണ മറുതന്ത്രങ്ങളാണ് ഇന്ദിരാഗാന്ധി പയറ്റിയത്. 1977 മാർച്ച് 6 ന് ദില്ലിയിലെ രാംലീലാ മൈതാനിയിൽ വൻ റാലി സംഘടിപ്പിച്ചുകൊണ്ട് പ്രചാരണ പരിപാടികൾ ആരംഭിക്കാൻ ജനതാപാർട്ടി തീരുമാനിച്ചു. റാലിയിൽ ആളുകൾ കൂടുന്നത് തടയാനായി റാലി നടക്കുന്ന സമയത്ത് ദൂരദർശൻ ഏറെ ജനപ്രീതി നേടിയ സിനിമയായ *ബോബി* സംപ്രേഷണം ചെയ്തു. എന്നാൽ *ബോബിക്ക്* കോൺഗ്രസിനെ രക്ഷിക്കാനായില്ല. ലക്ഷങ്ങളാണ് ജയപ്രകാശ് നാരായണന്റെയും ജഗ്ജീവൻ റാമിന്റെയും പ്രസംഗങ്ങൾ കേൾക്കാൻ രാംലീലാ മൈതാനിയിൽ തടിച്ചുകൂടിയത്.

സഞ്ജയ് ഗാന്ധിയുടെ ജനസമ്മിതി വർധിപ്പിക്കുന്നതിനായി ദൂരദർശനും ആകാശവാണിയും മത്സരിക്കുകയായിരുന്നു. തിരഞ്ഞെടുപ്പിന് മുമ്പുള്ള ഒരുവർഷത്തിനിടയിൽ ആകാശവാണി സഞ്ജയ് ഗാന്ധിയെ പ്രകീർത്തിക്കുന്ന 192 വാർത്തകൾ പ്രക്ഷേപണം ചെയ്തു. ദൂരദർശൻ സംപ്രേഷണം ചെയ്തതാകട്ടെ, 265 സഞ്ജയ് വാർത്തകളും. ഫിലിം ഡിവിഷൻ സഞ്ജയ് ഗാന്ധിയെക്കുറിച്ച് നിർമിച്ച *ഓർക്കേണ്ട ഒരു ദിനം* എന്ന ഡോക്യുമെന്ററി സർക്കാർ ചെലവിൽ ഗ്രാമങ്ങളിലും നഗരങ്ങളിലും പ്രദർശിപ്പിച്ചു.

രാജ്യം അതുവരെ കണ്ട തിരഞ്ഞെടുപ്പുകളിൽ ഏറ്റവും വാശിയേറിയ തിരഞ്ഞെടുപ്പായിരുന്നു അത്. ആകെയുള്ള 32,11,74,327 സമ്മതിദായകരിൽ 60.49 ശതമാനം പേർ വോട്ട് രേഖപ്പെടുത്തി. ഏറ്റവും ഉയർന്ന പോളിങ് ലക്ഷദ്വീപിൽ, 84.64 ശതമാനം. കുറഞ്ഞ പോളിങ് ഒഡീഷയിൽ, 44.32 ശതമാനം. കേരളത്തിൽ 79.20 ശതമാനം പേർ വോട്ട് രേഖപ്പെടുത്തി.

ഇന്ദിരാഗാന്ധിക്കെതിരായ അമർഷം തിരഞ്ഞെടുപ്പ് ഫലങ്ങളിൽ പ്രകടമായി. 542 മണ്ഡലങ്ങളിൽ ജനതാപാർട്ടിക്ക് 295 സീറ്റുകൾ ലഭിച്ചു. കോൺഗ്രസിന് 154 സീറ്റുകൾ മാത്രമാണ് കിട്ടിയത്. വോട്ടിങ് ശതമാനം 34.5 ലേക്ക് കൂപ്പുകുത്തി. ജനതയ്ക്ക് 41.32 ശതമാനം വോട്ടാണ് കിട്ടിയത്.

സി പി ഐ (എം)ന് 22 സീറ്റും കോൺഗ്രസിനോടൊപ്പംനിന്ന് മത്സരിച്ച സി പി ഐ യ്ക്ക് 7 സീറ്റും ലഭിച്ചു. ഉത്തർപ്രദേശിലെ ഒരു സീറ്റുപോലും കോൺഗ്രസിന് കിട്ടിയില്ല. ബീഹാറിലെ 54 സീറ്റുകളിലും കൂട്ടത്തോൽവിയുണ്ടായി. രാജസ്ഥാനിലും മധ്യപ്രദേശിലും വിജയിച്ചത് ഓരോ സീറ്റുകളിൽ. എന്നാൽ, ദക്ഷിണേന്ത്യയിൽ കോൺഗ്രസ് മികച്ച പ്രകടനം കാഴ്ചവെച്ചു. ആന്ധ്രയിൽ 42 ലെ 41 ഉം കർണാടകത്തിൽ 26 ലെ 26 ഉം കോൺഗ്രസിന് കിട്ടി. കേരളത്തിൽനിന്ന് കോൺഗ്രസിന് 11 സീറ്റുകൾ കിട്ടി. സിദ്ധാർഥ ശങ്കർ റേയുടെ മർദക ഭരണത്തിനെതിരെയുള്ള പ്രതിഷേധം ബംഗാൾ തിരഞ്ഞെടുപ്പ് ഫലത്തിൽ പ്രതിഫലിച്ചു. സി പി ഐ(എം) ബംഗാളിൽ 17 സീറ്റുകൾ നേടി. ജ്യോതിബസു (ഡയമണ്ട് ഹാർബർ), സോമനാഥ് ചാറ്റർജി (ജാദവ്പൂർ) തുടങ്ങിയ പ്രമുഖ നേതാക്കൾ വിജയിച്ചു.

ഇന്ത്യയുടെ രാഷ്ട്രീയ ചരിത്രത്തിലെ ഏറ്റവും വലിയ അട്ടിമറി നടന്നത് റായ്ബറേലിയിലാണ്. ജനതാ പാർട്ടിയിലെ രാജ്നാരായണൻ ഇന്ദിരാഗാന്ധിയെ തോൽപ്പിച്ചു. രാജ്നാരായണന്റെ ഭൂരിപക്ഷം 55,202 വോട്ട്. പോൾ ചെയ്തതിന്റെ 53.51 ശതമാനം വോട്ട് രാജ്നാരായണന് ലഭിച്ചപ്പോൾ ഇന്ദിരാഗാന്ധിക്ക് കിട്ടിയത് 36.89 ശതമാനം വോട്ട്. റായ്ബറേലിയുടെ അയൽമണ്ഡലമായ അമേഠിയിലും അട്ടിമറി നടന്നു. ഇവിടെ പരാജയപ്പെട്ടത് സഞ്ജയ് ഗാന്ധി ആയിരുന്നു. ജനതാപാർട്ടിയിലെ രവീന്ദ്ര പ്രതാപ് സിങ് സഞ്ജയ് ഗാന്ധിയെ 76,000 വോട്ടുകൾക്കാണ് തോൽപ്പിച്ചത്. ഇന്ദിരാഗാന്ധിയുടെ പരാജയം കോൺഗ്രസ് നേതാക്കളെ വിഷമിപ്പിച്ചു. എന്നാൽ, സഞ്ജയ്യുടെ പരാജയം അവരെ ആഹ്ലാദിപ്പിച്ചു. ഇന്ദിരാഗാന്ധിയുടെയും സർക്കാരിന്റെയും പ്രതിച്ഛായയ്ക്ക് മങ്ങലേൽപ്പിക്കാൻ കാരണം സഞ്ജയ് ഗാന്ധിയുടെ ധാർഷ്ട്യവും ബുദ്ധിശൂന്യതയുമാണെന്നായിരുന്നു അവരുടെയെല്ലാം വിലയിരുത്തൽ. സഞ്ജയ് ഗാന്ധി ഇന്ദിരാഗാന്ധിയേക്കാൾ വലിയ അധികാര കേന്ദ്രമായി വളർന്നിരുന്നു. സഞ്ജയ് ഗാന്ധി പ്രചാരണത്തിനായി സംസ്ഥാനങ്ങളിലെത്തുമ്പോൾ വിമാനത്താവളത്തിൽ സ്വീകരിക്കാനായി മുഖ്യമന്ത്രിമാർ നേരിട്ട് എത്തണമായിരുന്നു. ജയ്പൂരിൽ പാർട്ടി പരിപാടികളിൽ പങ്കെടുക്കുന്നതിനായി സഞ്ജയ് ഗാന്ധി എത്തിയപ്പോൾ മുഖ്യമന്ത്രി ഹരിദേവ് ജോഷി നഗരത്തിൽ 501 അഭിവാദ്യകവാടങ്ങളാണ് കെട്ടി ഉയർത്തിയിരുന്നത്. ഒരിക്കൽ ലഖ്നൗ വിമാനത്താവളത്തിൽ സഞ്ജയ് തെന്നിവീഴാൻ പോയി. അകലേക്ക് വീണ ചെരിപ്പ് പെറുക്കിക്കൊടുത്ത് വിശ്വസ്തത തെളിയിക്കാൻ കോൺഗ്രസ് നേതാക്കൾ മത്സരിച്ചു. മത്സരത്തിൽ വിജയിച്ചത് മുഖ്യമന്ത്രി ഹേമവതി നന്ദൻ ബഹുഗുണയായിരുന്നു. സഞ്ജയ് ഗാന്ധിയുടെ വിശ്വസ്തരെയെല്ലാം ജനങ്ങൾ തിരഞ്ഞുപിടിച്ച് തോൽപ്പിച്ചു. ഹരിയാനയിലെ ഭിവാനിയിൽ ബൻസിലാൽ ദയനീയ പരാജയം ഏറ്റുവാങ്ങി. അടിയന്തരാവസ്ഥക്കാലത്ത് സെൻസർഷിപ്പ് ക്രൂരതകൾ നടപ്പാക്കിയ വാർത്താപ്രക്ഷേപണ വകുപ്പ് മന്ത്രി വി സി ശുക്ല റായ്പൂരിൽ

പരാജയപ്പെട്ടു. അടിയന്തരാവസ്ഥ പ്രമേയത്തിന്റെ കരട് തയാറാക്കിയത് പശ്ചിമബംഗാൾ മുഖ്യമന്ത്രിയും ഇന്ദിരാഗാന്ധിയുടെ വിശ്വസ്തനുമായ സിദ്ധാർഥ ശങ്കർ റേ ആയിരുന്നു. റേയുടെ ആധിപത്യത്തിന് ബംഗാളിൽ തിരശ്ശീല വീണു. പിന്നീടൊരിക്കലും ബംഗാൾ രാഷ്ട്രീയത്തിൽ റേയ്ക്ക് തലപൊക്കാനായില്ല. രാഷ്ട്രീയം ഉപേക്ഷിച്ച് നയതന്ത്ര പ്രതിനിധിയായി ചുരുങ്ങേണ്ട ഗതികേടുവരെ അദ്ദേഹത്തിന് ഉണ്ടായി.

നെഹ്റു കുടുംബത്തിന്റെ തട്ടകമായ അലഹാബാദിൽ ജനപ്രിയ നേതാവായ വി പി സിങ് പരാജയപ്പെട്ടു. ജനതാപാർട്ടിയിലെ ജ്ഞാനേശ്വർ മിശ്രയാണ് വി പി സിങ്ങിനെ അട്ടിമറിച്ചത്. പ്രതിപക്ഷനിരയിലെ പ്രമുഖരെല്ലാം വിജയിച്ചു. മൊറാർജി ദേശായി സൂറത്തിൽനിന്നും കർപ്പൂരി ഠാക്കൂർ സമസ്തിപൂരിൽനിന്നും ജഗ്ജീവൻ റാം സർസാറാമിൽ നിന്നും ജോർജ് ഫെർണാണ്ടസ് മുസാഫർപ്പൂരിൽനിന്നും ചന്ദ്രശേഖർ വാരാണസിയിൽനിന്നും എ ബി വാജ്പേയി ദില്ലിയിൽനിന്നും വിജയിച്ചു. ബീഹാറിലെ ചപ്രയിൽനിന്ന് വിജയിച്ച ലാലുപ്രസാദ് യാദവ് ബീഹാറിലെ ലാലു യുഗത്തിന് വിത്തിട്ടു. ഹാജിപ്പൂരിൽനിന്ന് രാംവിലാസ് പാസ്വാൻ വൻവിജയം നേടി. പാസ്വാൻ കോൺഗ്രസ് സ്ഥാനാർഥി ബലേശ്വർ റാമിനെ 4,24,543 വോട്ടുകളുടെ ഭൂരിപക്ഷത്തിനാണ് തോൽപ്പിച്ചത്. അതുവരെ ഇന്ത്യ കണ്ട ഏറ്റവും വലിയ ഭൂരിപക്ഷമായിരുന്നു ഇത്.

ഫാസിസത്തിനെതിരെയുള്ള വിധിയെഴുത്തായിരുന്നു 1977 ലേത്. നേതാക്കൾ എത്ര ഉന്നതരായാലും പൗരസ്വാതന്ത്ര്യം തകർക്കാൻ അനുവദിക്കില്ലെന്ന മുന്നറിയിപ്പാണ് തിരഞ്ഞെടുപ്പ് ഫലം നൽകിയത്.

മൊറാർജി ദേശായി മന്ത്രിസഭ
ക്യാബിനറ്റ് മന്ത്രിമാർ

പ്രധാനമന്ത്രി: മൊറാർജി ദേശായി

ചരൺസിങ് (ആഭ്യന്തരം), ജഗ്ജീവൻ റാം (പ്രതിരോധം), എച്ച് എം പാട്ടീൽ (ധനകാര്യം), എ ബി വാജ്പേയി (വിദേശകാര്യം), എൽ കെ അദ്വാനി (വാർത്താപ്രക്ഷേപണം), എച്ച് എൻ ബഹുഗുണ (പെട്രോളിയം, കെമിക്കൽസ്), സിക്കന്തർ ഭക്ത് (ഭവനം), പ്രകാശ് സിങ് ബാദൽ (കൃഷി), ശാന്തിഭൂഷൺ (നിയമം), ഡോ. പ്രതാപ് ചന്ദ്ര ചുന്തർ (വിദ്യാഭ്യാസം), മധു ദണ്ഡവതെ (റെയിൽവേ), മോഹൻ ധരിയ (വാണിജ്യം), ജോർജ് ഫെർണാണ്ടസ് (വ്യവസായം), പുരുഷോത്തം കൗഷിക് (ടൂറിസം), രാജ്നാരായൺ (ആരോഗ്യം), ബിജു പട്നായിക് (ഉരുക്ക്, ഖനി), പി രാമചന്ദ്രൻ (ഊർജം), രവീന്ദ്ര വർമ (തൊഴിൽ), ബ്രിജ് ലാൽ വർമ (വാർത്താവിനിമയം).

ഇവർക്കുപുറമെ 24 സഹമന്ത്രിമാർ സർക്കാരിൽ ഉണ്ടായിരുന്നു.

1977 ലോകസഭാ തിരഞ്ഞെടുപ്പ് ഫലം

ആകെ സീറ്റുകൾ: 542

പാർട്ടി	സീറ്റുകൾ	ശതമാനം
ജനതാപാർട്ടി	295	41.32%
കോൺഗ്രസ് (ഐ)	154	34.52%
സി പി ഐ (എം)	22	4.29%
സി പി ഐ	7	2.82%

കേരളത്തിലെ തിരഞ്ഞെടുപ്പ് ഫലങ്ങൾ

മണ്ഡലം	വിജയി	പാർട്ടി
കാസർഗോഡ്	രാമചന്ദ്രൻ കടന്നപ്പള്ളി	കോൺഗ്രസ്(ഐ)
കണ്ണൂർ	സി കെ ചന്ദ്രപ്പൻ	സി പി ഐ
വടകര	കെ പി ഉണ്ണികൃഷ്ണൻ	കോൺഗ്രസ്(ഐ)
കോഴിക്കോട്	വി കെ സെയ്ദ് മുഹമ്മദ്	കോൺഗ്രസ്(ഐ)
മഞ്ചേരി	ഇബ്രാഹിം സുലൈമാൻ സേഠ്	മുസ്ലിംലീഗ്
പൊന്നാനി	ജി എം ബനാത്ത്‌വാല	മുസ്ലിംലീഗ്
പാലക്കാട്	എ സുന്നസാഹിബ്	കോൺഗ്രസ്(ഐ)
ഒറ്റപ്പാലം (സംവരണം)	കെ കുഞ്ഞമ്പു	കോൺഗ്രസ്(ഐ)
തൃശ്ശൂർ	കെ എ രാജൻ	സി പി ഐ
മുകുന്ദപുരം	എ സി ജോസ്	കോൺഗ്രസ്(ഐ)
എറണാകുളം	ഹെൻറി ഓസ്റ്റിൻ	കോൺഗ്രസ്(ഐ)
മൂവാറ്റുപുഴ	ജോർജ് ജെ മാത്യു	കേരള കോൺഗ്രസ്
പീരുമേട്	പി കെ വാസുദേവൻനായർ	സി പി ഐ
കോട്ടയം	സ്കറിയാ തോമസ്	കേരള കോൺഗ്രസ്
ഇടുക്കി	സി എം സ്റ്റീഫൻ	കോൺഗ്രസ്(ഐ)
ആലപ്പുഴ	വി എം സുധീരൻ	കോൺഗ്രസ്(ഐ)
മാവേലിക്കര	ബി കെ നായർ	കോൺഗ്രസ്(ഐ)
അടൂർ (സംവരണം)	പി കെ കൊടിയൻ	സി പി ഐ
കൊല്ലം	എൻ ശ്രീകണ്ഠൻ നായർ	ആർ എസ് പി
ചിറയിൻകീഴ്	വയലാർ രവി	കോൺഗ്രസ്(ഐ)
തിരുവനന്തപുരം	എം എൻ ഗോവിന്ദൻനായർ	സി പി ഐ

7

1980

ഇന്ദിരയുടെ തിരിച്ചുവരവ്

ആയിരത്തി തൊള്ളായിരത്തി എഴുപത്തിയേഴിലെ കനത്ത തിരിച്ചടിക്കുശേഷം ഇന്ദിരാഗാന്ധിയും സഞ്ജയ് ഗാന്ധിയും രാഷ്ട്രീയ പ്രവർത്തനം അവസാനിപ്പിച്ചേക്കുമെന്ന കിംവദന്തികൾ പരന്നു. ഇരുവരും ഹിമാചലിലെ ഒരു ഉൾനാടൻ ഗ്രാമത്തിലേക്ക് താമസം മാറ്റി ശിഷ്ടജീവിതം കഴിച്ചുകൂട്ടുമെന്ന് ചില പത്രങ്ങൾ എഴുതി. എന്നാൽ, അധികാരമൊഴിഞ്ഞ് മാസങ്ങൾക്കുള്ളിൽതന്നെ കൂടുതൽ ശക്തയായി ഇന്ദിര തിരിച്ചുവരുന്ന കാഴ്ചയാണ് കണ്ടത്.

അധികാരമേറിയ ഉടൻ തന്നെ മൊറാർജി ദേശായിയുടെ നേതൃത്വത്തിലുള്ള ജനതാപാർട്ടി സർക്കാർ ഇന്ദിരാഗാന്ധിക്കെതിരെ നടപടികൾ ആരംഭിച്ചു. അഴിമതിക്കേസിൽ പ്രതിചേർത്ത് സി ബി ഐ ഇന്ദിരാഗാന്ധിയെ കസ്റ്റഡിയിലെടുത്തതായിരുന്നു ആദ്യ നടപടി. ഇന്ദിരാഗാന്ധിയെ ഹരിയാനയിലെ ഒരു ഗസ്റ്റ്ഹൗസിലേക്ക് കൊണ്ടുപോകാനാണ് സി ബി ഐ തീരുമാനിച്ചിരുന്നത്. ഇന്ദിരാഗാന്ധിയെ വഹിച്ചുകൊണ്ടുള്ള വാഹനം ഒരു റെയിൽവേ ലെവൽക്രോസിൽ നിർത്തിയപ്പോൾ ഇന്ദിരാഗാന്ധി വാഹനത്തിൽനിന്ന് ചാടിയിറങ്ങി. വഴിയോരത്തെ ഒരു കലുങ്കിൽ കുത്തിയിരുന്ന് പ്രതിഷേധിച്ചു. അടുത്തദിവസം ഇന്ദിരാഗാന്ധിയെ കോടതിയിൽ ഹാജരാക്കി. കേസ് കെട്ടിച്ചമച്ചതാണെന്ന് ചൂണ്ടിക്കാട്ടി മജിസ്ട്രേറ്റ് കുറ്റപത്രം തള്ളി. ജനതാസർക്കാരിനേറ്റ ആദ്യ പ്രഹരമായിരുന്നു അത്. ജനപിന്തുണ തിരിച്ചുകിട്ടിയെന്ന് മനസിലാക്കിയ ഇന്ദിരാഗാന്ധി ലോകസഭയിലെത്തുന്നതിനായി ഒരു സുരക്ഷിത മണ്ഡലം തേടി. ഉത്തരേന്ത്യയിൽ എവിടെയും മത്സരിക്കാൻ ഇന്ദിരാഗാന്ധിക്ക് ധൈര്യമില്ലായിരുന്നു. അവസാനം കർണാടകത്തിലെ ചിക്മംഗളൂരിൽനിന്ന് ജനവിധി തേടാൻ തീരുമാനിച്ചു. ഇതിനിടയിൽ കോൺഗ്രസ് വീണ്ടും പിളർന്നു.

ബ്രഹ്മാനന്ദറെഡ്ഡിയുടെ നേതൃത്വത്തിൽ സ്വരൺ സിങ്, ദേവരാജ് അരശ്, എ കെ ആന്റണി, ശരദ് പവാർ തുടങ്ങിയവർ വേറിട്ട് പോയി. ഈ വിഭാഗം കേരളത്തിൽ ആന്റണി കോൺഗ്രസായി മാറി. ഈ ഘട്ടത്തിൽ കെ കരുണാകരൻ ഇന്ദിരാഗാന്ധിയോടൊപ്പം ഉറച്ചുനിന്നു.

ലോകസഭയിലെത്തിയ ഇന്ദിരാഗാന്ധിക്ക് അധികകാലം അംഗമായി തുടരാനായില്ല. സഞ്ജയ് ഗാന്ധിയുടെ മാരുതി കമ്പനിയുമായി ബന്ധപ്പെട്ട് ഭരണപക്ഷം ഇന്ദിരാഗാന്ധിക്കെതിരെ അവകാശലംഘന പ്രമേയം കൊണ്ടുവന്നു. പ്രധാനമന്ത്രി ആയിരിക്കെ മാരുതി ഇടപാടുമായി ബന്ധപ്പെട്ട് ഇന്ദിരാഗാന്ധി സഭയെ തെറ്റിദ്ധരിപ്പിച്ചെന്ന് പാർലമെന്ററി സമിതി കണ്ടെത്തി. ഒരാഴ്ചത്തെ ജയിൽശിക്ഷയാണ് ലോകസഭ വിധിച്ചത്. ഇതിനെത്തുടർന്ന് ഇന്ദിരാഗാന്ധി ലോകസഭാംഗത്വം രാജിവെച്ചു. എന്നാൽ, വൻഭൂരിപക്ഷത്തോടെ ചിക്മംഗളൂരിൽനിന്ന് വീണ്ടും തിരഞ്ഞെടുക്കപ്പെട്ടു.

ജനതാപാർട്ടിയിൽ അധികാരത്തർക്കങ്ങൾ മൂർച്ഛിച്ചു. പ്രധാനമന്ത്രി മൊറാർജി ദേശായിയും ആഭ്യന്തരമന്ത്രി ചരൺസിങ്ങും തമ്മിൽ പരസ്യമായി ഏറ്റുമുട്ടി. രാജ്യം ഭരിക്കുന്നത് പ്രധാനമന്ത്രിയുടെ മകൻ കാന്തി ദേശായി ആണെന്ന് ചരൺസിങ് ആരോപിച്ചു. 1978 ജൂണിൽ മൊറാർജി ദേശായി ചരൺസിങ്ങിനെ മന്ത്രിസഭയിൽനിന്ന് പുറത്താക്കി. കർഷക നേതാവായ ചരൺസിങ് ഹരിയാനയിൽനിന്ന് കർഷകരെയും ട്രാക്ടറുകളെയും അണിനിരത്തി ദില്ലിയിൽ പ്രതിഷേധ റാലി നടത്തി. 1979 ഫെബ്രുവരിയിൽ ധനമന്ത്രിയായി ചരൺസിങ് മന്ത്രിസഭയിൽ മടങ്ങിയെത്തി. അപ്പോഴേക്കും ജനതാ രാഷ്ട്രീയം കലങ്ങി മറഞ്ഞിരുന്നു. പഴയ സോഷ്യലിസ്റ്റ് പാർട്ടിക്കാർ പ്രത്യേക ഇരിപ്പിടത്തിൽ ഇരുന്നു. ജനസംഘക്കാർക്ക് കൂറ് ആർ എസ് എസിനോടായിരുന്നു. ഇതിനിടയിൽ ചരൺ സിങ്, സർക്കാർ രൂപീകരിക്കുന്നതിനായി ഇന്ദിരാഗാന്ധിയുടെ പിന്തുണ തേടി. ഭൂരിപക്ഷം നഷ്ടപ്പെട്ട മൊറാർജി ദേശായി സർക്കാർ രാജിവെച്ചു. ചരൺസിങ് പ്രധാനമന്ത്രിയായി സത്യപ്രതിജ്ഞ ചെയ്തു. രാഷ്ട്രീയ കാലാവസ്ഥ അനുകൂലമാണെന്ന് മനസിലാക്കിയ ഇന്ദിരാഗാന്ധി ഒരു മാസത്തിനുശേഷം മന്ത്രിസഭയ്ക്കുള്ള പിന്തുണ പിൻവലിച്ചു. അപ്പോഴേക്കും ജനതാപാർട്ടി ചിന്നഭിന്നമായിരുന്നു. രാജ്യത്തെ കോൺഗ്രസ് വിരുദ്ധ ശക്തികളെ ഏകോപിപ്പിക്കുന്നതിനായി മുൻകൈയെടുത്ത ജയപ്രകാശ് നാരായണൻ 1979 ൽ അന്തരിച്ചു. ജെ പി മുൻകൈയെടുത്ത് രൂപീകരിച്ച ജനതാസർക്കാർ നിലംപൊത്തിയെങ്കിലും ജെ പി മുന്നോട്ടുവെച്ച രാഷ്ട്രീയം ഇന്ത്യയുടെ ഗതിമാറ്റി. ജെ പി യുടെ ശിഷ്യന്മാർ ഇന്നും ഇന്ത്യൻ രാഷ്ട്രീയത്തിലെ ചാലകശക്തികളാണ്.

1980 ജനുവരിയിലായിരുന്നു അടുത്ത ലോകസഭാ തിരഞ്ഞെടുപ്പ്. ഭരണനേട്ടങ്ങളായി ഉയർത്തിക്കാണിക്കാൻ ജനതാപാർട്ടിക്ക് നേട്ടങ്ങൾ ഏറെ ഉണ്ടായിരുന്നു. ധനമന്ത്രി ആയിരിക്കെ ചരൺസിങ് രാസവള സബ്സിഡിയും കാർഷികാവശ്യങ്ങൾക്ക് ജലം എത്തിക്കുന്നതിനായുള്ള സബ്

സിഡിയും വൻതോതിൽ വർധിപ്പിച്ചു. ബീഹാറിൽ മുഖ്യമന്ത്രി കർപ്പൂരി ഠാക്കൂർ നടപ്പിലാക്കിയതുപോലെ പിന്നോക്ക ജാതിക്കാർക്ക് സംവരണ നൽകുന്നതിനായി ബി പി മണ്ഡൽ കമീഷൻ രൂപീകരിച്ചു. വർഷങ്ങൾക്കു ശേഷം കമീഷന്റെ റിപ്പോർട്ട് നടപ്പിലാക്കിയപ്പോൾ ഇന്ത്യൻ രാഷ്ട്രീയ, സാമൂഹ്യ രംഗങ്ങളിൽ നിർണായക മാറ്റങ്ങളാണ് ഉണ്ടായത്. അടിയന്ത രാവസ്ഥകൾ ആവർത്തിക്കാതിരിക്കുന്നതിനായി ഭരണഘടന ഭേദഗതി ചെയ്തു. മൂന്നിൽ രണ്ട് ഭൂരിപക്ഷത്തോടെ പാർലമെന്റ് അംഗീകാരം നൽകിയാൽ മാത്രമേ അടിയന്തരാവസ്ഥ പ്രഖ്യാപിക്കാനാവൂ എന്ന് വ്യവസ്ഥ ചെയ്യുന്ന ഭേദഗതിക്ക് അനുകൂലമായി വോട്ട് ചെയ്യാൻ ഇന്ദിരാ ഗാന്ധിപോലും നിർബന്ധിതയായി. എന്നാൽ, ഇത്തരം വിഷയങ്ങ ളൊന്നും ജനങ്ങളിലെത്തിക്കാൻ പല കഷണങ്ങളായി പിരിഞ്ഞ ജനതാ ഗ്രൂപ്പുകൾക്ക് സാധിച്ചില്ല. ആകെയുള്ള 542 സീറ്റുകളിൽ 353 ഉം നേടി ഇന്ദിരാ കോൺഗ്രസ് ബഹുദൂരം മുന്നിലെത്തി. ജനതാപാർട്ടിക്ക് 31 ഉം ജനതാപാർട്ടി സെക്കുലറിന് 41 ഉം സീറ്റുകൾ കിട്ടി. 37 സീറ്റുകൾ നേടി സി പി ഐ(എം) മികച്ച പ്രകടനം കാഴ്ചവെച്ചു. സി പി ഐയ്ക്ക് 10 ഉം കോൺഗ്രസ് (യു)വിന് 13 ഉം ഡി എം കെയ്ക്ക് 16 ഉം സീറ്റുകൾ ലഭിച്ചു. ഉത്തരേന്ത്യയിൽ കോൺഗ്രസ് വലിയ തിരിച്ചുവരവ് നടത്തി. എന്നാൽ, കോൺഗ്രസിന്റെ സ്വീകാര്യത വർധിച്ചതിനെക്കാൾ പ്രതിപക്ഷ നിരയിലെ ഭിന്നിപ്പാണ് വൻവിജയത്തിന് കാരണമായത്. ഉത്തർപ്രദേശിൽ കോൺ ഗ്രസിന് ലഭിച്ചത് 36 ശതമാനം വോട്ടുകളായിരുന്നു. എന്നാൽ, കോൺഗ്ര സിന് 60 ശതമാനം സീറ്റുകളും കിട്ടി. ജനതാപാർട്ടി 29 ശതമാനവും ജനതാപാർട്ടി സെക്കുലർ 22.6 ശതമാനവും വോട്ട് പിടിച്ചു. ഇരുകൂട്ടരും യോജിച്ച് മത്സരിച്ചിരുന്നെങ്കിൽ കോൺഗ്രസിന് അടിപതറുമായിരുന്നു.

പ്രമുഖ കോൺഗ്രസ് നേതാക്കളെല്ലാം വൻഭൂരിപക്ഷത്തോടെ വിജ യിച്ചു. റായ്ബറേലിയിൽ ഇന്ദിരാഗാന്ധി ജനസംഘത്തിലെ വിജയരാജ സിന്ധ്യയെ 1,73,654 വോട്ടുകൾക്ക് പരാജയപ്പെടുത്തി. അയൽ മണ്ഡല മായ അമേഠിയിൽ സഞ്ജയ് ഗാന്ധി വൻവിജയം നേടി. 71 ൽ ഇന്ദിരാ ഗാന്ധിയെ അട്ടിമറിച്ച രാജ്നാരായണൻ വാരാണസിയിൽ പരാജയപ്പെട്ടു. വി പി സിങ് (അലഹബാദ്), ആരിഫ് മുഹമ്മദ് ഖാൻ (കാൺപൂർ), പി വി നരസിംഹറാവു (ഹനാംകോണ്ട), രാംവിലാസ് പാസ്വാൻ (ഹാജി പ്പൂർ), ജോർജ് ഫെർണാണ്ടസ് (മുസഫർപ്പൂർ), ദേവിലാൽ (സോനേ പട്ട്), ഫറൂഖ് അബ്ദുള്ള (ശ്രീനഗർ) തുടങ്ങിയവരാണ് വിജയിച്ചവരിലെ പ്രമുഖർ.

1980 ഇന്ദിരാഗാന്ധി മന്ത്രിസഭ

പ്രധാനമന്ത്രി: ഇന്ദിരാഗാന്ധി

പി വി നരസിംഹറാവു (വിദേശകാര്യം), ഗ്യാനി സെയിൽസിങ് (ആഭ്യന്തരം), ആർ വെങ്കിട്ടരാമൻ (ധനകാര്യം), ഗനിഖാൻ ചൗധരി (ഊർജം, ജലസേചനം), പ്രണബ് മുഖർജി (വാണിജ്യം, ഉരുക്ക്, ഖനി), കേദാർ പാണ്ഡെ (റെയിൽവേ), വീരേന്ദ്രപാട്ടീൽ (പെട്രോളിയം, കെമി

ക്കൽസ്, വളം, ഗതാഗതം), വസന്ത് സാഠെ (വാർത്താപ്രക്ഷേപണം), പി സി സേത്തി (ഭവനം), പി ശിവശങ്കർ (നിയമം), ബി ശങ്കരാനന്ദ് (വിദ്യാഭ്യാസം, ആരോഗ്യം), എ പി ശർമ (ഷിപ്പിങ്, ഗതാഗതം), വി സി ശുക്ല (പൊതുവിതരണം), ജെ ബി പട്നായിക് (ടൂറിസം), ഭീഷ്മ നാരായൺ സിങ് (പാർലമെന്ററികാര്യം), എൻ ഡി തിവാരി (ആസൂത്രണം).

ക്യാബിനറ്റ് മന്ത്രിമാർക്കുപുറമെ 23 സഹമന്ത്രിമാരും 10 ഉപമന്ത്രിമാരും ഉണ്ടായിരുന്നു.

1980 ലോകസഭാ തിരഞ്ഞെടുപ്പ് ഫലം

പാർട്ടി	സീറ്റുകൾ	വോട്ടിങ് ശതമാനം
കോൺഗ്രസ് ഐ	353	42.69%
ജെ എൻ പി (എസ്)	31	9.39%
ജെ എൻ പി	31	18.97%
ഐ എൻ സി (യു)	13	5.28%
സി പി ഐ(എം)	37	6.24%
സി പി ഐ	10	2.49%

കേരളത്തിലെ തിരഞ്ഞെടുപ്പ് ഫലങ്ങൾ

മണ്ഡലം	വിജയി	പാർട്ടി
കാസർഗോഡ്	രാമറായ്	കോൺഗ്രസ്(ഐ)
കണ്ണൂർ	കെ കുഞ്ഞമ്പു	കോൺഗ്രസ്(യു)
വടകര	കെ പി ഉണ്ണികൃഷ്ണൻ	കോൺഗ്രസ്(യു)
കോഴിക്കോട്	ഇ കെ ഇമ്പിച്ചിബാവ	സി പി ഐ (എം)
മഞ്ചേരി	സുലൈമാൻസേഠ്	മുസ്ലിംലീഗ്
പൊന്നാനി	ബനാത്ത്‌വാല	മുസ്ലിംലീഗ്
പാലക്കാട്	വി എസ് വിജയരാഘവൻ	കോൺഗ്രസ്
ഒറ്റപ്പാലം (സംവരണം)	എ കെ ബാലൻ	സി പി ഐ (എം)
തൃശ്ശൂർ	കെ എ രാജൻ	സി പി ഐ
മുകുന്ദപുരം	ഇ ബാലാനന്ദൻ	സി പി ഐ (എം)
എറണാകുളം	സേവ്യർ അറയ്ക്കൽ	കോൺഗ്രസ്(ഐ)
മൂവാറ്റുപുഴ	ജോർജ് ജോസഫ്	സ്വതന്ത്രൻ
കോട്ടയം	സ്കറിയാ തോമസ്	കേരള കോൺഗ്രസ്
ഇടുക്കി	എം എം ലോറൻസ്	സി പി ഐ (എം)
ആലപ്പുഴ	സുശീല ഗോപാലൻ	സി പി ഐ (എം)
മാവേലിക്കര	പി ജെ കുര്യൻ	കോൺഗ്രസ്(യു)
അടൂർ	പി കെ കൊടിയൻ	സി പി ഐ
കൊല്ലം	ബി കെ നായർ	കോൺഗ്രസ്(ഐ)
ചിറയിൻകീഴ്	എ എ റഹീം	കോൺഗ്രസ്(ഐ)
തിരുവനന്തപുരം	നീലലോഹിതദാസൻനാടാർ	കോൺഗ്രസ്(ഐ)

8

1984

ഇന്ദിരാതരംഗത്തിൽ രാജീവിന് വൻവിജയം

ആയിരത്തി തൊള്ളായിരത്തി എൺപത്തിനാല് ഡിസംബർ 24 മുതൽ 28 വരെ എട്ടാം ലോകസഭാ തിരഞ്ഞെടുപ്പ് നടന്നു. രണ്ടു തിരഞ്ഞെടുപ്പുകൾക്കിടയിലുള്ള നാല് വർഷക്കാലയളവിനിടയിൽ നിരവധി വൻ ദുരന്തങ്ങൾക്കും കലാപങ്ങൾക്കും രാജ്യം സാക്ഷ്യംവഹിച്ചു. രാജ്യഭരണം നെഹ്റു കുടുംബത്തിലെ മൂന്നാം തലമുറയിലേക്ക് കൈമാറ്റം ചെയ്യപ്പെട്ടു.

ഭരണത്തിന്റെ തുടക്കത്തിൽ വളരെ കരുതലോടെയായിരുന്നു ഇന്ദിരാഗാന്ധിയുടെ ചുവടുവെപ്പുകൾ. എന്നാൽ, സഞ്ജയ് ഗാന്ധിയുടെ അധികാരപ്രമത്തതയിൽ യാതൊരു മാറ്റവും ഉണ്ടായില്ല. തന്റെ പിൻഗാമി സഞ്ജയ് ഗാന്ധിയാണെന്ന വ്യക്തമായ സൂചന ഇന്ദിരാഗാന്ധി നേതാക്കൾക്കും അണികൾക്കും നൽകി. 1980 ൽ ഇന്ദിരാഗാന്ധി ഒമ്പത് കോൺഗ്രസ് ഇതര സർക്കാരുകൾ പിരിച്ചുവിട്ടു. ഈ സംസ്ഥാനങ്ങളിൽ നിയമസഭാ തിരഞ്ഞെടുപ്പ് പ്രഖ്യാപിച്ചു. മത്സരിക്കാൻ ടിക്കറ്റിനായി സംസ്ഥാനങ്ങളിലെ നേതാക്കൾ സമീപിച്ചത് ഇന്ദിരാഗാന്ധിയെ ആയിരുന്നില്ല. സർവശക്തനായ സഞ്ജയ് ഗാന്ധിയെ തേടിയാണ് നേതാക്കളെത്തിയത്. സഞ്ജയ്ഗാന്ധി സീറ്റ് നിഷേധിച്ചതിനെത്തുടർന്ന് പരാതിയുമായി ഇന്ദിരാഗാന്ധിയുടെ മുന്നിലെത്തിയ യു പി യിലെ ഒരുകൂട്ടം നേതാക്കളോട് സഞ്ജയ് ഗാന്ധിയെ തന്നെ ചെന്നുകണ്ട് പരാതി പറയാൻ ഇന്ദിരാഗാന്ധി ആവശ്യപ്പെട്ടു. തിരഞ്ഞെടുപ്പിനുശേഷം മുഖ്യമന്ത്രിയെ തീരുമാനിച്ചതും സഞ്ജയ് ഗാന്ധി തന്നെ. സഞ്ജയ് ഗാന്ധിയുടെ ധാർഷ്ട്യം രാഷ്ട്രീയത്തിൽ മാത്രമായി ഒതുങ്ങിനിന്നില്ല. നിയമംലംഘിച്ചുള്ള 'തമാശ,' വിമാനംപറത്തൽ 1980 ജൂൺ 23 ന് സഞ്ജയ് ഗാന്ധിയുടെ മരണത്തിൽ കലാശിച്ചു. അതോടെ ഇന്ത്യൻ രാഷ്ട്രീയത്തിലെ സഞ്ജയ് യുഗത്തിന്

തിരശ്ശീല വീണു. ഒട്ടും താമസിയാതെ രാജീവ് ഗാന്ധി സഞ്ജയ് ഗാന്ധിയുടെ കസേര ഏറ്റെടുത്തു. അമേഠിയിൽനിന്ന് മത്സരിച്ച് ലോകസഭാംഗമായി.

എൺപതുകളിൽ സജീവമായ ഖാലിസ്ഥാൻ ഭീകരവാദമാണ് ഇന്ദിരാഗാന്ധിയുടെ രാഷ്ട്രീയത്തിലും ജീവിതത്തിലും വഴിത്തിരിവായത്. പഞ്ചാബിൽ അകാലിദളായിരുന്നു മുഖ്യരാഷ്ട്രീയ ശക്തി. അകാലിദളിനെ എതിരിടാനായി സഞ്ജയ് ഗാന്ധിയും മുൻ പഞ്ചാബ് മുഖ്യമന്ത്രിയുമായ ഗ്യാനി സെയിൽസിങ്ങും ചേർന്ന് സിഖ് ആത്മീയ നേതാവ് ഭിന്ദ്രൻവാലയെ വളർത്തി. അനുകൂല സാഹചര്യം മുതലെടുത്ത് ഭിന്ദ്രൻവാല വളരെ പെട്ടെന്ന് അടിത്തറ വിപുലീകരിച്ചു. സിഖ് പുരോഹിതനായ ബാബ ഗുർചരൺ സിങ്ങിന്റെ കൊലപാതകത്തിന് പിന്നിൽ ഭിന്ദ്രൻവാലയാണെന്ന് വ്യക്തമായിട്ടും കോൺഗ്രസ് സർക്കാർ നടപടിയെടുത്തില്ല. 1983 ഒക്ടോബർ 5 ന് ദില്ലി – പഞ്ചാബ് ഹൈവേയിലൂടെ സഞ്ചരിച്ചിരുന്ന ഒരു ബസ് തടഞ്ഞുനിർത്തി ഭീകരർ ഹിന്ദുക്കളായ യാത്രക്കാരെ മുഴുവൻ വെടിവെച്ച് കൊന്നു. സംഭവം രാജ്യത്തെ നടുക്കി. കോൺഗ്രസിന്റെ കൈപ്പിടിയിൽ നിൽക്കാൻ തയാറാകാത്തത്ര ഉയരത്തിലെത്തിയിരുന്ന ഭിന്ദ്രൻവാല സുവർണക്ഷേത്രത്തിനകത്തെ അകാൽ തക്ഹ്ത്ത് മന്ദിരത്തിൽ താമസമാക്കി. നൂറുകണക്കിന് ഭീകരർ ആയുധങ്ങളുമായി സന്നാഹമുറപ്പിച്ചു. പഞ്ചാബിൽ ഭീകരാക്രമണങ്ങൾ നിത്യസംഭവങ്ങളായി. നിരവധിപേർ കൊല്ലപ്പെട്ടു. വിദേശ രാജ്യങ്ങളിൽനിന്ന് ഭീകര സംഘടനാ നേതാക്കൾക്ക് പണം ഒഴുകിയെത്തി. സ്ഥിതിഗതികൾ കൈവിട്ടു പോകുമെന്ന അവസ്ഥയായപ്പോൾ ഇന്ദിരാഗാന്ധി ശക്തമായ നടപടികളോടെ ഇടപെട്ടു. പഞ്ചാബിൽ രാഷ്ട്രപതി ഭരണം ഏർപ്പെടുത്തി. മേജർ ജനറൽ ആർ എസ് ബ്രാറിനെ അമൃതസറിലേക്ക് അയച്ചു. സുവർണക്ഷേത്രത്തിനകത്ത് ഭീകരരും പുറത്ത് സൈന്യവും. യുദ്ധ കരസേനയുടെ കമാന്റർ ഇൻ ചീഫായിരുന്ന രാഷ്ട്രപതിയിൽനിന്ന് ഇന്ദിരാഗാന്ധി സൈനിക നീക്കം മറച്ചുവെച്ചു.

1983 ജൂൺ 3 ന് സൈന്യം ബ്ലൂസ്റ്റാർ ഓപ്പറേഷൻ ആരംഭിച്ചു. ശക്തമായ ചെറുത്തുനിൽപ്പ് നടത്തിയ ഭീകരരെ ടാങ്കുകൾ ഉപയോഗിച്ചാണ് സൈന്യം നേരിട്ടത്. ദിവസങ്ങളോളം നീണ്ട ഏറ്റുമുട്ടലുകൾക്കൊടുവിൽ ഓപ്പറേഷൻ ജൂൺ 10 ന് അവസാനിച്ചു. ഭിന്ദ്രൻവാല, അമരീക്ക് സിങ് എന്നിവർ ഉൾപ്പെടെ 492 ഭീകരരും 79 സൈനികരും 4 സൈനിക ഉദ്യോഗസ്ഥന്മാരും കൊല്ലപ്പെട്ടെന്നായിരുന്നു ഔദ്യോഗിക വിവരം. എന്നാൽ, കൊല്ലപ്പെട്ടവരുടെ എണ്ണം മൂവായിരം കവിഞ്ഞിരുന്നു. ഇവരിലെ ബഹുഭൂരിഭാഗവും നിരപരാധികളായ സിഖ് തീർഥാടകരായിരുന്നു.

ഖാലിസ്ഥാൻ ഭീകരവാദത്തെ ശക്തമായി എതിർക്കുന്ന സിഖ് വിഭാഗങ്ങളെപ്പോലും ബ്ലൂസ്റ്റാർ ഓപ്പറേഷൻ വേദനിപ്പിച്ചു. ഭീകരരാകട്ടെ സുവർണക്ഷേത്രം പട്ടാളം ആക്രമിച്ചു എന്ന പ്രചാരണവുമായി ആഞ്ഞടിച്ചു. ഭീകരരുടെ പ്രതികാര നടപടികൾക്കിരയായവരിൽ പ്രമുഖ പ്രധാന

മന്ത്രി ഇന്ദിരാഗാന്ധി തന്നെ ആയിരുന്നു. 1984 ഒക്ടോബർ 31 ന് സിഖുകാരായ രണ്ട് സുരക്ഷാ ഭടന്മാർ സമാനമായ തയാറെടുപ്പുകൾ നടത്തി ഇന്ദിരാഗാന്ധിയെ വെടിവച്ചു കൊന്നു. ഏറ്റുമുട്ടൽ ഉണ്ടായാൽ നിരപരാധികളായ നിരവധി തീർഥാടകർ കൊല്ലപ്പെടുമെന്ന് ഉറപ്പായിരുന്നു. പ്രമുഖ മാധ്യമ പ്രവർത്തകനായ കുൽദീപ് നയ്യാർ മുൻകൈയെടുത്ത് നടത്തിയ മാധ്യസ്ഥ ശ്രമങ്ങൾ ഫലപ്രാപ്തിയിലെത്തിയില്ല.

ഇന്ദിരാഗാന്ധിയുടെ ഭാഗത്തുനിന്ന് ഉണ്ടായ വീഴ്ചകൾ കുൽദീപ് നയ്യാർ ആത്മകഥയിൽ ഇങ്ങനെ വിവരിക്കുന്നു:

> വാർത്താപ്രക്ഷേപണ മന്ത്രിയായിരുന്ന എച്ച് കെ എൽ ഭഗത് എന്നെ കാണാൻ വന്നു. ഇന്ദിരാഗാന്ധി ഭഗത്തിനെ അയച്ചതായിരുന്നു. സുവർണക്ഷേത്രത്തിലേക്ക് സൈന്യത്തെ അയക്കുന്നതിനെക്കുറിച്ച് അഭിപ്രായം ആരാഞ്ഞു. സുവർണ ക്ഷേത്രം ഗുരുദ്വാരയല്ലെന്നും സിഖ് മതവിശ്വാസികളുടെ വത്തിക്കാനാണെന്നും ഞാൻ പറഞ്ഞു. പിന്നീടൊരിക്കൽ രാഷ്ട്രപതി ഗ്യാനി സെയിൽസിങ്ങിനെ ഞാൻ കണ്ടു. സുവർണക്ഷേത്രത്തിലേക്ക് സൈന്യത്തെ കയറ്റില്ലെന്ന് ഇന്ദിരാഗാന്ധി ഉറപ്പു നൽകിയതായി അദ്ദേഹം പറഞ്ഞു.

എന്നാൽ ബ്ലൂസ്റ്റാർ ഓപ്പറേഷനെക്കുറിച്ച് സെയിൽസിങ് അറിഞ്ഞത് അദ്ദേഹത്തിന്റെ പ്രസ് സെക്രട്ടറി തിർലോചൻസിങ്ങിൽ നിന്നായിരുന്നു.

പ്രധാനമന്ത്രിയുടെ സുരക്ഷാഭടന്മാരുടെ നീക്കങ്ങൾ പോലും അറിയാൻ ശേഷിയില്ലാത്ത രഹസ്യാന്വേഷണ വിഭാഗമായിരുന്നു കേന്ദ്രത്തിന് ഉണ്ടായിരുന്നത്. ദില്ലിയിൽ 'ഇന്ദിരാഗാന്ധി അമർ രഹേ' (ഇന്ദിരാഗാന്ധി മരിക്കുന്നില്ല) 'ഖൂൺ കാ ബദ്‌ല ഖൂൺ സെ ലഗീ' (രക്തത്തിന് രക്തം കൊണ്ട് മറുപടി) തുടങ്ങിയ മുദ്രാവാക്യങ്ങൾ മുഴങ്ങി. ഇന്ദിരാഗാന്ധിയുടെ ചിത എരിയുമ്പോൾ തലസ്ഥാന നഗരിയിലെ സിഖ് സമൂഹത്തെ വംശഹത്യ ചെയ്യാനുള്ള നടപടികൾ ആരംഭിച്ചു. സർക്കാരിന്റെ പൂർണ പിന്തുണയോടെ കോൺഗ്രസുകാർ അഴിഞ്ഞാടി. കമൽനാഥ്, ജഗദീഷ് ടൈറ്റ്‌ലർ, എച്ച് കെ എൽ ഭഗത്, സജ്ജൻകുമാർ തുടങ്ങിയവരാണ് സിഖ് വിരുദ്ധ കലാപത്തിന് നേതൃത്വം നൽകിയത്. മൂവായിരത്തോളം സിഖുകാർ ദില്ലിയിൽ കൊല്ലപ്പെട്ടു. കലാപം മറ്റ് ഉത്തരേന്ത്യൻ നഗരങ്ങളിലേക്കും പടർന്നു. വിഷയം ശ്രദ്ധയിൽപ്പെടുത്തിയപ്പോൾ 'വൻമരങ്ങൾ വീഴുമ്പോൾ ഭൂമി കുലുങ്ങും' എന്ന മറുപടിയാണ് പുതിയ പ്രധാനമന്ത്രി രാജീവ് ഗാന്ധി നൽകിയത്. സിഖ് മത വിശ്വാസികൂടിയായ രാഷ്ട്രപതി ഗ്യാനി സെയിൽസിങ് കലാപകാരികൾക്കെതിരെ നടപടിയെടുക്കണമെന്ന് പലവട്ടം ആവശ്യപ്പെട്ടെങ്കിലും ഭരണനേതൃത്വം ചെവിക്കൊണ്ടില്ല. ഉത്തർപ്രദേശിൽ ഇരുന്നൂറോളം സിഖുകാരാണ് കൊല്ലപ്പെട്ടത്. സിഖുകാർ കൂട്ടത്തോടെ താമസിക്കുന്ന നഗരങ്ങളിലെല്ലാം അവർക്കെതിരെ അതിക്രമങ്ങൾ ഉണ്ടായി. കൊൽക്കത്തയിൽ സ്ഥിതി വ്യത്യസ്തമായിരുന്നു. ഭരണകൂടത്തിന് ഇച്ഛാശക്തിയുണ്ടെങ്കിൽ കലാപങ്ങൾ തടയാനാവുമെന്ന് പ്രശസ്ത രാഷ്ട്രീയ ചരിത്രകാരനായ രാമചന്ദ്ര ഗുഹെ *ഇന്ത്യ*

ഗാന്ധിക്കുശേഷം എന്ന പുസ്തകത്തിൽ ഇങ്ങനെ നിരീക്ഷിക്കുന്നു.

> കൊൽക്കത്ത നഗരത്തിൽ അമ്പതിനായിരത്തോളം സിഖുകാർ ജീവിച്ചിരുന്നു. ഇവരിൽ പലരും ടാക്സി ഡ്രൈവർമാരായിരുന്നു. താടിനീട്ടിയവരും തലപ്പാവ് വെച്ചവരുമായ സിഖുകാരെ തിരിച്ചറിയാൻ യാതൊരു ബുദ്ധിമുട്ടും ഇല്ലായിരുന്നു. എന്നാൽ ഇവരിലെ ഒരാൾപോലും കൊല്ലപ്പെട്ടില്ല. എന്തുവിലകൊടുത്തും അതിക്രമങ്ങൾ തടയണമെന്ന് മുഖ്യമന്ത്രി ജ്യോതിബസു കർശന നിർദേശം നൽകി. നഗരത്തിലെ ശക്തരായ ട്രേഡ് യൂണിയനുകൾ നിതാന്ത ജാഗ്രത പുലർത്തി. ഭരണകൂടം ശക്തമായ നടപടി സ്വീകരിച്ചാൽ സാമുദായിക കലാപങ്ങൾ തടയാനാവുമെന്ന് കൊൽക്കത്ത പഠിപ്പിച്ചു. എന്നാൽ, ഈ പാഠം ഉൾക്കൊള്ളാൻ മറ്റ് സംസ്ഥാനങ്ങൾക്കായില്ല.

എൺപത്തിനാലിലെ ലോകസഭ, തിരഞ്ഞെടുപ്പിൽ സഹതാപതരംഗം ആഞ്ഞടിച്ചു. എന്റെ ഓരോ തുള്ളിരക്തവും രാജ്യത്തിനു വേണ്ടിയെന്ന അടിക്കുറിപ്പോടെ ഇന്ദിരാഗാന്ധിയുടെ പോസ്റ്ററുകൾ മുക്കിലും മൂലയിലും പതിക്കപ്പെട്ടു. ചരിത്രത്തിലെ ഏറ്റവും ഉയർന്ന ഭൂരിപക്ഷത്തിന് കോൺഗ്രസ് വിജയിച്ചു. 543 സീറ്റുകളിലെ 404 ഉം കോൺഗ്രസ് നേടി. വലിയ തൂത്തുവാരൽ നടത്തിയിട്ടും കോൺഗ്രസിന് പകുതി വോട്ടുകൾ നേടാനായില്ല. പോൾ ചെയ്ത വോട്ടുകളിലെ 49.1 ശതമാനം കോൺഗ്രസിന് ലഭിച്ചു. സി പി ഐ (എം)ന് 22 ഉം ജനതാപാർട്ടിക്ക് 10 ഉം സി പി ഐക്ക് 6 ഉം ലോക്ദളിന് മൂന്നും ബി ജെ പിക്ക് 2 ഉം സീറ്റുകൾ ലഭിച്ചു. ജനതാപാർട്ടിയിൽനിന്ന് വിട്ടുപോന്ന പഴയ ജനസംഘക്കാർ ചേർന്ന് 1980 ബി ജെ പി എന്ന പേരിൽ പുതിയ പാർട്ടി രൂപീകരിച്ചിരുന്നു. ഇന്ദിരാതരംഗത്തിൽ പുതിയ പാർട്ടി കനത്ത തിരിച്ചടിയേറ്റുവാങ്ങി. ആന്ധ്രയിൽ തെലുങ്കുദേശം പാർട്ടി വൻ വിജയം നേടി. 42 സീറ്റുകളിലെ 30 സീറ്റുകൾ നേടി. കക്ഷിനിലയിൽ ടി ഡി പി രണ്ടാമതെത്തി.

അമേഠിയിൽ രാജീവ് ഗാന്ധി സഹോദരൻ സഞ്ജയ് ഗാന്ധിയുടെ ഭാര്യ മേനകാഗാന്ധിയെ 3,14,878 വോട്ടുകൾക്ക് തോൽപ്പിച്ചു. നെഹ്റു കുടുംബത്തിൽനിന്ന് അകന്ന് സ്വതന്ത്രയായി വാശിയോടെ മത്സരിച്ച മേനകയ്ക്ക് കിട്ടിയത് 50,163 വോട്ടുകൾ മാത്രമായിരുന്നു. ഇന്ദിരാഗാന്ധിയുടെ മണ്ഡലമായിരുന്ന റായ്ബറേലിയിൽ രാജീവ്ഗാന്ധിയുടെ സുഹൃത്ത് അരുൺ നെഹ്റുവും നെഹ്റു കുടുംബത്തിന്റെ തട്ടകമായ അലഹാബാദിൽ അമിതാബച്ചനും വിജയിച്ചു. സിഖ് വിരുദ്ധ കലാപങ്ങൾക്ക് നേതൃത്വം നൽകിയ എച്ച് കെ എൽ ഭഗത് ഔട്ടർ ദില്ലിയിലും ജഗദീഷ് ടൈറ്റ്ലർ ദില്ലി സദറിലും കമൽനാഥ് മധ്യപ്രദേശിലെ ചന്ത്വാഡയിലും വൻ ഭൂരിപക്ഷത്തോടെയാണ് വിജയിച്ചത്. സി പി ഐ

എമ്മിന് തിരിച്ചടിയേറ്റു. ബംഗാളിലെ ജാദവ്പൂരിൽ പുതുമുഖമായ മമതാ ബാനർജി സോമനാഥ് ചാറ്റർജിയെയും ഹൗറയിൽ പ്രിയരഞ്ജൻദാസ് മുൻഷി സമർ മുഖർജിയെയും അട്ടിമറിച്ചു. അമ്മ, വിജയരാജ സിന്ധ്യയുമായി പിണങ്ങിയ മാധവറാവു സിന്ധ്യ കോൺഗ്രസ് സ്ഥാനാർഥിയായി മത്സരിച്ച് ഗ്വാളിയോറിൽനിന്ന് വിജയിച്ചു. ഇന്ദിരാതരംഗത്തിന്റെ പ്രതിഫലം വോട്ടിങ് ശതമാനത്തിൽ പ്രകടമായി. 63.56 ശതമാനം വോട്ടർമാർ തിരഞ്ഞെടുപ്പിൽ സമ്മതിദാനാവകാശം വിനിയോഗിച്ചു. ഉയർന്ന പോളിങ് ലക്ഷദ്വീപിൽ 86 ശതമാനം കുറഞ്ഞ പോളിങ് മേഘാലയയിൽ 54.44 ശതമാനം.

രാജ്യത്തൊട്ടാകെ ഇന്ദിരാഗാന്ധിയുടെ കൊലപാതകം മുഖ്യ വിഷയമായപ്പോൾ ആന്ധ്രാപ്രദേശിൽ വിഷയമായത് തെലുങ്കരുടെ അഭിമാനമാണ്. ആന്ധ്ര കോൺഗ്രസിനെ നയിച്ചിരുന്നത് ഹൈദരാബാദായിരുന്നില്ല, ദില്ലിയായിരുന്നു. ഇന്ദിരാഗാന്ധി, സഞ്ജയ്ഗാന്ധി, രാജീവ്ഗാന്ധി എന്നിവരെ പ്രീതിപ്പെടുത്തിയവർ മുഖ്യമന്ത്രിമാരായി. 1978 മുതൽ 1982 വരെയുള്ള നാലു വർഷ കാലയളവിൽ ആന്ധ്ര നാലു മുഖ്യമന്ത്രിമാരെ കണ്ടു. അടിക്കടിയുള്ള മാറ്റങ്ങൾ സംസ്ഥാനത്തെ അപകീർത്തിപ്പെടുത്തുന്നതായാണ് ജനങ്ങൾക്ക് അനുഭവപ്പെട്ടത്. 1982 ഫെബ്രുവരിയിൽ രാജീവ് ഗാന്ധി നടത്തിയ ഹൈദരാബാദ് സന്ദർശനം ഏറെ വിവാദമായി. മുഖ്യമന്ത്രി ടി ആൻചെയ്യ നൂറുകണക്കിന് കോൺഗ്രസ് പ്രവർത്തകരെയും ആനയിച്ച് രാജീവ്ഗാന്ധിയെ സ്വീകരിക്കാനായി വിമാനത്താവളത്തിലെത്തി. ജനക്കൂട്ടത്തെ കണ്ടപ്പോൾ രാജീവ്ഗാന്ധിക്ക് ക്ഷോഭം വന്നു. രാഷ്ട്രീയത്തിൽ കാര്യമായ മുൻപരിചയമില്ലാത്ത രാജീവ് പരസ്യമായി ആൻചെയ്യയെ ശകാരിച്ചു. ആൻചെയ്യയല്ല അപമാനിക്കപ്പെട്ടത് ആന്ധ്രയിലെ ജനങ്ങളാണെന്ന് പ്രതീതിയുണ്ടാക്കി. ഈ അപമാനത്തിൽനിന്നാണ് എൻ ടി രാമറാവു എന്ന നേതാവും തെലുങ്കുദേശം എന്ന പാർട്ടിയും ഉണ്ടാകുന്നത്. വൻവിജയത്തിനിടയിലും ആന്ധ്രയിൽ രാജീവ് ഗാന്ധിക്കേറ്റ കനത്ത തിരിച്ചടി ഇന്ത്യൻ രാഷ്ട്രീയത്തിൽ സംഭവിക്കാൻ പോകുന്ന ദൂരവ്യാപക മാറ്റങ്ങളുടെ സൂചനയായിരുന്നു.

രാജീവ്ഗാന്ധി മന്ത്രിസഭ

ക്യാബിനറ്റ് മന്ത്രിമാർ

പ്രധാനമന്ത്രി: രാജീവ്ഗാന്ധി

രാജീവ് ഗാന്ധി (വിദേശകാര്യം, ആണവോർജം), വി പി സിങ് (ധനകാര്യം), ശങ്കർ റാവു ചവാൻ (ആഭ്യന്തരം), പി വി നരസിംഹറാവു (പ്രതിരോധം), ബൻസിലാൽ (റെയിൽവേ), മുഫ്ത്തി മുഹമ്മദ് സെയ്ദ് (ടൂറിസം), എച്ച് കെ എൽ ഭഗത് (പാർലമെന്ററികാര്യം), മോസിനാ കിദ്വായ് (ആരോഗ്യം, കുടുംബക്ഷേമം).

ലോകസഭാ തിരഞ്ഞെടുപ്പ് ഫലം 1984

പാർട്ടി	സീറ്റുകൾ	പോളിങ് ശതമാനം
കോൺഗ്രസ് ഐ	404	49.10%
സി പി ഐ(എം)	22	5.87%
ജെ എൻ പി	10	6.89%
സി പി ഐ	6	2.71%
എൽ കെ ഡി	3	5.97%
ബി ജെ പി	2	5.97%

1984 കേരളത്തിലെ തിരഞ്ഞെടുപ്പ് ഫലങ്ങൾ

മണ്ഡലം	വിജയി	പാർട്ടി
കാസർഗോഡ്	രാമറായ്	കോൺഗ്രസ്(ഐ)
കണ്ണൂർ	മുല്ലപ്പള്ളി രാമചന്ദ്രൻ	കോൺഗ്രസ്(ഐ)
വടകര	കെ പി ഉണ്ണികൃഷ്ണൻ	കോൺഗ്രസ്(ഐ)
കോഴിക്കോട്	കെ ജി അടിയോടി	കോൺഗ്രസ്(ഐ)
മഞ്ചേരി	ഇബ്രാഹിം സുലൈമാൻ സേഠ്	മുസ്ലിംലീഗ്
പൊന്നാനി	ജി എം ബനാത്ത്‌വാല	മുസ്ലിംലീഗ്
പാലക്കാട്	വി എസ് വിജയരാഘവൻ	കോൺഗ്രസ്(ഐ)
ഒറ്റപ്പാലം	കെ ആർ നാരായണൻ	കോൺഗ്രസ്(ഐ)
തൃശ്ശൂർ	പി എ ആന്റണി	കോൺഗ്രസ്(ഐ)
മുകുന്ദപുരം	എ സി ജോസ്	കോൺഗ്രസ്(ഐ)
എറണാകുളം	കെ വി തോമസ്	കോൺഗ്രസ്(ഐ)
മൂവാറ്റുപുഴ	ജോർജ് ജോസഫ്	കേരള കോൺ.(ജെ)
കോട്ടയം	സുരേഷ് കുറുപ്പ്	സി പി ഐ (എം)
ഇടുക്കി	പി ജെ കുര്യൻ	കോൺഗ്രസ്(ഐ)
ആലപ്പുഴ	വക്കം പുരുഷോത്തമൻ	കോൺഗ്രസ്(ഐ)
മാവേലിക്കര	തമ്പാൻ തോമസ്	ജനതാപാർട്ടി
അടൂർ	കെ കെ കുഞ്ഞമ്പു	കോൺഗ്രസ്(ഐ)
കൊല്ലം	എസ് കൃഷ്ണകുമാർ	കോൺഗ്രസ്(ഐ)
ചിറയിൻകീഴ്	തലേക്കുന്നിൽ ബഷീർ	കോൺഗ്രസ്(ഐ)
തിരുവനന്തപുരം	എ ചാൾസ്	കോൺഗ്രസ്(ഐ)

9

1989

ബോഫോഴ്സിൽ കൂപ്പുകുത്തി കോൺഗ്രസ്

ആയിരത്തി തൊള്ളായിരത്തി എൺപത്തി ഒമ്പത് നവംബറിലായിരുന്നു 9-ാം ലോകസഭാ തിരഞ്ഞെടുപ്പ്. ഇന്ത്യാചരിത്രത്തിലെ ഏറ്റവും ഉയർന്ന അംഗബലത്തിൽ അധികാരത്തിലേറിയ രാജീവ്ഗാന്ധി സർക്കാർ വളരെ പെട്ടെന്ന് പടുകുഴിയിലേക്ക് വീണു. എൺപത്തിയൊമ്പതിലെ തിരഞ്ഞെടുപ്പോടെ ഒരു കക്ഷിക്കും തനിച്ച് ഭൂരിപക്ഷം ലഭിക്കാത്ത രാഷ്ട്രീയ സാഹചര്യം സംജാതമായി. ഒരു കക്ഷിക്കും പകുതി സീറ്റുകൾ നേടാനുള്ള ജനപിന്തുണ ഇല്ലാതായി.

തിരഞ്ഞെടുപ്പ് പ്രചാരണവേളയിൽ ഹിന്ദി മേഖലയിൽ മുഴങ്ങിക്കേട്ട ഒരു പ്രധാന മുദ്രാവാക്യം ഇതായിരുന്നു: "ഗലി ഗലീ മേം ശോർ ഹെ രാജീവ് ഗാന്ധി ചോർ ഹെ" (രാജീവ്ഗാന്ധി കള്ളനെന്ന് തെരുവുകളെല്ലാം പറയുന്നു).

അക്കാലത്ത് ദൂരദർശൻ കുട്ടികൾക്കുവേണ്ടി നടത്തിയ ഒരു പരിപാടിക്കിടെ അവതാരകൻ ഒരു കുട്ടിയോട് പാട്ടുപാടാൻ ആവശ്യപ്പെട്ടു. അറിയില്ലെന്ന് പറഞ്ഞ് കുട്ടി ഒഴിഞ്ഞുമാറി. അവതാരകൻ നിർബന്ധിച്ചപ്പോൾ കുട്ടി ഉറക്കെ പാടിയത് ഈ മുദ്രാവാക്യമായിരുന്നു. ഇതിനെത്തുടർന്ന് ചില ഉദ്യോഗസ്ഥർക്ക് ദൂരദർശനിലെ പണിപോയി. രാജ്യത്ത് അക്കാലത്ത് ഉയർന്ന സർക്കാർ വിരുദ്ധതയുടെ തീവ്രത വ്യക്തമാകുന്നതായിരുന്നു ഈ സംഭവം.

രാഷ്ട്രീയ പരിജ്ഞാനം ഇല്ലാത്ത രാജീവ്ഗാന്ധി ഉപജാപക സംഘത്തിന്റെ പിടിയിലായിരുന്നു. അമ്മ ഇന്ദിരാഗാന്ധിയിലും സഹോദരൻ സഞ്ജയ് ഗാന്ധിയിലും രൂഢമൂലമായിരുന്ന ഫ്യൂഡൽ രാഷ്ട്രീയം രാജീവിലും പ്രകടമായിരുന്നു. നെഹ്റു കുടുംബത്തിലെ മറ്റൊരു നേതാവിനും കേൾക്കേണ്ടിവരാത്തത്ര ഗൗരവതരമായ അഴിമതി ആരോപണങ്ങൾ

രാജീവിനെ വേട്ടയാടി.

ഷബാനുബീഗം കേസിൽ സുപ്രീംകോടതി പുറപ്പെടുവിച്ച വിധി ന്യായം പ്രധാനമന്ത്രിയെ കുഴക്കി. ഭർത്താവ് മൊഴി ചൊല്ലിയ മുസ്ലിം സ്ത്രീക്ക് ജീവനാംശം നൽകാൻ ഭർത്താവ് ബാധ്യസ്ഥനാണെന്ന് സുപ്രീംകോടതി വിധിച്ചു. വിധിക്കെതിരെ മുസ്ലിം സംഘടനകൾ ശക്തമായി രംഗത്തുവന്നു. വിധി അംഗീകരിച്ചാൽ മുസ്ലിം മതവിഭാഗം കോൺഗ്രസിൽനിന്നും അകലുമെന്ന് ഉപജാപകസംഘത്തിലെ വിശ്വസ്തനായ ഇസഡ് എ അൻസാരി രാജീവ്ഗാന്ധിയെ ഉപദേശിച്ചു. വിധിയെ മറികടക്കാനായി രാജീവ്ഗാന്ധി മുസ്ലിം സ്ത്രീ സംരക്ഷണനിയമം എന്ന പേരിൽ പുതിയ നിയമം കൊണ്ടുവന്നു. മന്ത്രിയായിരുന്ന ആരിഫ് മുഹമ്മദ് ഖാൻ നിയമത്തെ ശക്തമായി എതിർത്തു. വിപ്പ് ലംഘിച്ച് നിയമത്തിനെതിരെ ആരിഫ് മുഹമ്മദ് ഖാൻ ലോകസഭയിൽ നടത്തിയ പ്രസംഗം പാർലമെന്റ് ചരിത്രത്തിലെ ഏറ്റവും മികച്ച പ്രസംഗങ്ങളിലൊന്നാണ്. കോൺഗ്രസിൽനിന്ന് രാജിവെച്ച ആരിഫ് മുഹമ്മദ് ഖാൻ പിന്നീട് ജനതാദളിൽ ചേർന്നു. മുസ്ലിം പ്രീണന നയം ഹിന്ദുക്കളെ കോൺഗ്രസിൽനിന്ന് അകറ്റുമെന്ന് രാജീവ്ഗാന്ധി ഭയപ്പെട്ടു. ബാബ്റി മസ്ജിദിന്റെ പൂട്ടു തുറന്ന് ഹിന്ദുക്കൾക്ക് ആരാധനയ്ക്കായി അനുവാദം നൽകിയാൽ പ്രശ്നം തീരുമെന്ന് വിശ്വസ്തനായ അരുൺ നെഹ്റു രാജീവ്ഗാന്ധിയെ ഉപദേശിച്ചു. 1986 ഫെബ്രുവരി ഒന്നിന് ബാബ്റി മസ്ജിദിന്റെ പൂട്ടുതുറന്നു. ഹിന്ദു വോട്ടുകൾ കൂട്ടത്തോടെ കോൺഗ്രസ് കൊണ്ടുപോകുമോ എന്ന് ഭയപ്പെട്ട സംഘപരിവാർ ഉടനെ രാമക്ഷേത്ര പ്രക്ഷോഭം ആരംഭിച്ചു. രാജീവ് ഗാന്ധിയുടെ അപക്വമായ തീരുമാനങ്ങൾ ഉത്തരേന്ത്യയിലെ മുസ്ലീങ്ങളെയും ഹിന്ദുക്കളെയും ഒരുപോലെ കോൺഗ്രസിൽനിന്ന് അകറ്റി.

ഉത്തർപ്രദേശ് മുഖ്യമന്ത്രിയായിരുന്ന വി പി സിങ്ങിനെ സർക്കാരിന്റെ പ്രതിച്ഛായ നന്നാക്കുന്നതിന്റെ ഭാഗമായാണ് രാജീവ്ഗാന്ധി ധനമന്ത്രിയാക്കിയത്. എന്നാൽ, സിങ് ഉപജാപകവൃന്ദത്തിൽ ചേരാൻ തയാറായില്ല. നികുതിവെട്ടിപ്പ് നടത്തിയ വ്യവസായ പ്രമുഖരുടെ ഓഫീസുകളിലും വീടുകളിലും അദ്ദേഹം റെയ്ഡുകൾ നടത്തി. ക്ഷുഭിതനായ പ്രധാനമന്ത്രി സിങ്ങിനെ പ്രതിരോധ മന്ത്രാലയത്തിലേക്ക് മാറ്റി. സ്വീഡിഷ് ബോഫോഴ്സ് തോക്കുകൾ വാങ്ങിയതിൽ വൻ കുംഭകോണം നടന്നെന്ന ഞെട്ടിക്കുന്ന വിവരം 1987 ഏപ്രിലിൽ സ്വീഡിഷ് റേഡിയോ പുറത്തുവിട്ടു. രാജീവ്ഗാന്ധി നേരിട്ട് കുംഭകോണത്തിൽ പങ്കാളിയായെന്ന വെളിപ്പെടുത്തലുകൾ ഉണ്ടായി. സത്യം പുറത്തുകൊണ്ടുവരാൻ ശ്രമിച്ച വി പി സിങ്ങിന് കൂച്ചുവിലങ്ങിടാൻ രാജീവ്ഗാന്ധി ശ്രമിച്ചു. വി പി സിങ് ആകട്ടെ, കോൺഗ്രസിൽനിന്ന് രാജിവെച്ച് ജനമോർച്ചയെന്ന പുതിയ പാർട്ടി രൂപീകരിച്ചു. അലഹാബാദ് ഉപതിരഞ്ഞെടുപ്പിൽ ലാൽ ബഹദൂർ ശാസ്ത്രിയുടെ മകൻ സുനിൽശാസ്ത്രിയെ തോൽപ്പിച്ച് സിങ് വീണ്ടും ലോകസഭാംഗമായി. അടിയന്തരാവസ്ഥയ്ക്കുശേഷം ഉരുത്തി

രിഞ്ഞതുപോലുള്ള പ്രതിപക്ഷ ഐക്യം ശക്തമായി. എൻ ടി രാമറാവു കൺവീനറായി ദേശീയ മുന്നണിയെന്ന പുതിയ മുന്നണി രൂപംകൊണ്ടു.

ബോഫോഴ്സ് കുംഭകോണമായിരുന്നു പ്രതിപക്ഷത്തിന്റെ പ്രധാന പ്രചാരണായുധം. ബോഫോഴ്സിന് മുന്നിൽ രാജീവ്ഗാന്ധി സ്തബ്ധനായി. അടിയന്തരാവസ്ഥയുടെ ഗൃഹാതുരത കോൺഗ്രസിൽനിന്ന് വിട്ടുമാറിയിരുന്നില്ല. വിമർശനങ്ങളോട് രാജീവ്ഗാന്ധി അസഹിഷ്ണുത പുലർത്തി. മാധ്യമങ്ങളുടെ വിമർശനം അവസാനിപ്പിക്കുന്നതിനായി പുതിയ നിയമം കൊണ്ടുവരാൻ ശ്രമിച്ചെങ്കിലും മാധ്യമ പ്രവർത്തകരുടെ പ്രതിഷേധത്തെത്തുടർന്ന് പിന്മാറി. തിരഞ്ഞെടുപ്പ് പ്രചാരണ പ്രസംഗങ്ങൾ നടത്തുന്നതിനായി ദേശീയ രാഷ്ട്രീയ കക്ഷികൾക്ക് ദൂരദർശൻ സമയം നൽകിയിരുന്നു. പ്രസംഗങ്ങൾക്കിടയിൽ ബോഫോഴ്സ് എന്ന വാക്ക് ഉച്ചരിക്കരുതെന്ന് നിബന്ധന വെച്ചു. ഇതിൽ പ്രതിഷേധിച്ച് പ്രതിപക്ഷ പാർട്ടികൾ പരിപാടി ബഹിഷ്കരിച്ചു.

യുവജനങ്ങളെ ആകർഷിക്കാനുള്ള തന്ത്രങ്ങളാണ് രാജീവ്ഗാന്ധി പയറ്റിയത്. വോട്ടുചെയ്യാനുള്ള പ്രായം 21 ൽ നിന്ന് 18 ആയി കുറച്ചു. അതോടെ തിരഞ്ഞെടുപ്പ് ജ്വരം കലാലയങ്ങളിലേക്കും പടർന്നു. ചിഹ്നങ്ങളും നേതാക്കളുടെ കട്ടൗട്ടുകളുമാണ് സാധാരണ പ്രചാരണത്തെ സജീവമാക്കാറുള്ളത്. എന്നാൽ, എൺപത്തിയൊമ്പതിലെ തിരഞ്ഞെടുപ്പിൽ ബോഫോഴ്സ് തോക്കുകളുടെ കൂറ്റൻ മാതൃകകളും തെരുവുകളിൽ ഉയർന്നു.

8 ദേശീയ പാർട്ടികൾ ഉൾപ്പെടെ 113 പാർട്ടികളാണ് തിരഞ്ഞെടുപ്പുകളിൽ മത്സരിച്ചത്. തിരഞ്ഞെടുപ്പിന്റെ വീറും വാശിയും വോട്ടിങ്ങിൽ പ്രതിഫലിച്ചു. 61.96 ശതമാനം വോട്ട് രേഖപ്പെടുത്തി. ഉയർന്ന പോളിങ് ലക്ഷദ്വീപിൽ, 84.99 ശതമാനം. കുറഞ്ഞ പോളിങ് ജമ്മു കാശ്മീരിൽ; 25.68 ശതമാനം. തിരഞ്ഞെടുപ്പിൽ ബൂത്ത് പിടുത്തവും കൃത്രിമങ്ങളും വ്യാപകമായി നടന്നു. പ്രധാനമന്ത്രിയുടെ മണ്ഡലമായ അമേഠിയിൽ പൊലീസ് സേന കോൺഗ്രസിന് വേണ്ടി വോട്ട് ചെയ്തതായി ആരോപണം ഉയർന്നു. ആസൂത്രിത അട്ടിമറി നടന്ന ഒരു പ്രധാന സംസ്ഥാനം ത്രിപുരയായിരുന്നു. പല ഗ്രാമങ്ങളിലും സി പി ഐ(എം) പ്രവർത്തകർക്ക് വോട്ട് ചെയ്യാനാകാത്ത സാഹചര്യം ഉണ്ടായി. ഇവിടുത്തെ രണ്ട് ലോകസഭാ സീറ്റുകളിലും കോൺഗ്രസ് വിജയിച്ചു. ത്രിപുര വെസ്റ്റ് മണ്ഡലത്തിൽ കോൺഗ്രസ് സ്ഥാനാർഥിയായി മത്സരിച്ച മുൻ കേന്ദ്രമന്ത്രി സന്തോഷ് മോഹൻദേവ് സി പി ഐ (എം)ലെ മണിക് സർക്കാരിനെ തോൽപ്പിച്ചത് 1,66,155 വോട്ടുകൾക്കായിരുന്നു. ബൂത്ത് പിടുത്തത്തിലൂടെ നേടിയ ഈ കെട്ടിച്ചമച്ച വിജയത്തിന് ഒരുകാലത്ത് ത്രിപുരയിലെ ജനങ്ങൾ മറുപടി നൽകുമെന്ന് അന്ന് മണിക് സർക്കാർ പ്രതികരിച്ചു. അസംകാരനായ സന്തോഷ് മോഹൻദേവ് ജനവിധി തേടി പിന്നീടൊരിക്കലും

ത്രിപുരയിലെത്തിയിട്ടില്ല. മണിക് സർക്കാരാകട്ടെ, തുടർച്ചയായി നാലാം തവണയും മുഖ്യമന്ത്രിയായി ഇപ്പോൾ ത്രിപുര ഭരിക്കുകയാണ്.

1984 ലെ ചരിത്ര ഭൂരിപക്ഷത്തിൽനിന്ന് കോൺഗ്രസ് 197 സീറ്റുകളിലേക്ക് കൂപ്പുകുത്തി. വെറും 39.53 ശതമാനം വോട്ട് മാത്രമാണ് കോൺഗ്രസിന് ലഭിച്ചത്. കേരളം, കർണാടക, തമിഴ്നാട്, ആന്ധ്രാപ്രദേശ്, മഹാരാഷ്ട്ര എന്നീ സംസ്ഥാനങ്ങൾ കോൺഗ്രസിനോടൊപ്പം നിന്നു. വി പി സിങ്ങിന്റെ നേതൃത്വത്തിൽ ജനതാദൾ 143 സീറ്റുകൾ നേടി. യു പി, ബീഹാർ, ഒഡീഷ എന്നിവിടങ്ങളിൽ ജനതാദൾ മികച്ച പ്രകടനം കാഴ്ചവെച്ചു. ഉത്തരേന്ത്യയിൽ ഹിന്ദു വോട്ടുകളുടെ ധ്രുവീകരണം ഉണ്ടാക്കാൻ ബി ജെ പിക്ക് സാധിച്ചു. 85 സീറ്റുകളും 11.36 ശതമാനം വോട്ടും ബി ജെ പി നേടി. ബംഗാൾ തൂത്തുവാരിയ സി പി ഐ(എം) 33 സീറ്റും സി പി ഐ 12 സീറ്റും നേടി ലോകസഭയിൽ നിർണായക ശക്തിയായി.

രാജീവ്ഗാന്ധി അമേഠിയിൽനിന്നും വി പി സിങ് ഫത്തേപ്പൂരിൽ നിന്നും വിജയിച്ചു. നെഹ്റു കുടുംബത്തിനെതിരെയുള്ള അടങ്ങാത്ത അരിശവുമായി ജനതാദൾ സ്ഥാനാർഥിയായി മത്സരിച്ച മേനകാഗാന്ധി പിലിബിത്തിൽ വിജയിച്ചു. നെഹ്റു കുടുംബത്തിന്റെ തട്ടകമായ അലഹാബാദിൽ വിജയിച്ചത് ജനതാദൾ സ്ഥാനാർഥി ജ്ഞാനേശ്വർ മിശ്രയായിരുന്നു. വി ഐ പി മണ്ഡലങ്ങളായ ഫുൽപ്പൂരും വാരാണസിയും കോൺഗ്രസിനെ കൈവിട്ടപ്പോൾ റായ്ബറേലി ഒപ്പം നിന്നു. രാജീവ്ഗാന്ധിയുടെ വിശ്വസ്ത ഷീലാകൗളാണ് ഇവിടെ ജയിച്ചത്. മധ്യപ്രദേശിലെ ഗുണയിൽ ബി ജെ പി സ്ഥാനാർഥിയായി മത്സരിച്ച രാജമാത വിജയരാജ സിന്ധ്യയും ഗ്വാളിയോറിൽ കോൺഗ്രസ് സ്ഥാനാർഥിയായി മത്സരിച്ച മാധവറാവു സിന്ധ്യയും വിജയിച്ചു. അമ്മ മകനെതിരായോ മകൻ അമ്മക്കെതിരായോ പ്രചാരണത്തിന് പോയില്ല. തലസ്ഥാന നഗരിയായ ന്യൂഡൽഹിയിൽനിന്ന് എൽ കെ അദ്വാനി വിജയിച്ചു. 1984 ൽ സോമനാഥ് ചാറ്റർജിയെ അട്ടിമറിച്ച മമതാ ബാനർജി 1989 ൽ പരാജയപ്പെട്ടു. സി പി ഐ (എം)ലെ മാലിനി ചാറ്റർജിയാണ് ജാദവ്പൂരിൽ മമതാ ബാനർജിയെ തോൽപ്പിച്ചത്. കാൺപൂരിൽ സി പി ഐ(എം) നേതാവ് സുഭാഷിണി അലി ബി ജെ പി നേതാവ് ജഗത്‌വീർ സിങ്ങിനെ അട്ടിമറിച്ച് വൻ വിജയം നേടി. യു പി യിലെ ബിജനൂർ മണ്ഡലത്തിലെ ബി എസ് പി സ്ഥാനാർഥി മായാവതി നേടിയ വിജയം യു പി യിലെ ദളിത് രാഷ്ട്രീയ മുന്നേറ്റത്തിന്റെ തുടക്കമായിരുന്നു.

ഏറ്റവുമധികം സ്ഥാനാർഥികൾ മത്സരിച്ച തിരഞ്ഞെടുപ്പായിരുന്നു എൺപത്തിയൊമ്പതിലേത്. ഹരിയാനയിലെ ഭിവാനി മണ്ഡലത്തിൽ മത്സരിച്ചത് 122 സ്ഥാനാർഥികൾ. വർത്തമാന പത്രങ്ങളെക്കാൾ വലുപ്പം ബാലറ്റ് പേപ്പറിന് ഉണ്ടായിരുന്നു. ഇവിടുത്തെ വോട്ട് എണ്ണിത്തീരാൻ

മൂന്ന് ദിവസമെടുത്തു. അമേഠിയിൽ 47 ഉം പഴനിയിൽ 51 ഉം ഔട്ടർ ദില്ലിയിൽ 50 ഉം സ്ഥാനാർഥികൾ മത്സരിച്ചിരുന്നു. സ്ഥാനാർഥികളുടെ പെരുപ്പം തിരഞ്ഞെടുപ്പ് ബുദ്ധിമുട്ടുള്ളതാക്കി.

അഴിമതിക്കും ഏകാധിപത്യത്തിനും എതിരായ താക്കീതായിരുന്നു 1989 ലെ ലോകസഭാ തിരഞ്ഞെടുപ്പ് ഫലം. ഏകകക്ഷി ഭരണത്തിന്റെ കാലം അവസാനിച്ചെന്ന സൂചനയും തിരഞ്ഞെടുപ്പ് ഫലം നൽകി.

1989 വി പി സിങ് മന്ത്രിസഭ

ക്യാബിനറ്റ് മന്ത്രിമാർ

പ്രധാനമന്ത്രി: വി പി സിങ്

വി പി സിങ് (ആണവോർജം, പ്രതിരോധം), ദേവിലാൽ (ഉപ പ്രധാന മന്ത്രി, കൃഷി), മുഫ്ത്തി മുഹമ്മദ് സെയ്ദ് (ആഭ്യന്തരം), ഐ കെ ഗുജ്റാൾ (വിദേശകാര്യം), മധുദന്തവതെ (ധനകാര്യം), പി ഉപേന്ദ്ര (വാർത്താ പ്രക്ഷേപണം), അരുൺ നെഹ്റു (വാണിജ്യം, വ്യവസായം, ടൂറിസം), ആരിഫ് മുഹമ്മദ് ഖാൻ (ഊർജം, സിവിൽ, വ്യോമയാനം), ജോർജ് ഫെർണാണ്ടസ് (റെയിൽവേ), ജ്ഞാനേശ്വർ മിശ്ര (ഷിപ്പിങ്), ശരദ് യാദവ് (ടെക്സ്റ്റൈൽസ്), അജിത് സിങ് (വ്യവസായം), രാംവിലാസ് പാസ്വാൻ (തൊഴിൽ), എം എസ് ഗുരുപാദസ്വാമി (പെട്രോളിയം, കെമിക്കൽസ്).

ചന്ദ്രശേഖർ മന്ത്രിസഭ

ക്യാബിനറ്റ് മന്ത്രിമാർ

പ്രധാനമന്ത്രി: ചന്ദ്രശേഖർ.

ചന്ദ്രശേഖർ (പ്രതിരോധം, ആഭ്യന്തരം, ആണവോർജം), ദേവിലാൽ (കൃഷി), യശ്വന്ത് സിൻഹ (ധനകാര്യം), വി സി ശുക്ല (വിദേശകാര്യം), ജ്ഞാനേശ്വർ മിശ്ര (റെയിൽവേ), സുബ്രഹ്മണ്യൻ സ്വാമി (വാണിജ്യം), വാർത്താവിനിമയം (സഞ്ജയ് സിങ്).

തിരഞ്ഞെടുപ്പ് ഫലം 1989

പാർട്ടി	സീറ്റുകൾ	ശതമാനം
കോൺഗ്രസ് ഐ	197	39.53%
ജനതാദൾ	143	17.79%
ബി ജെ പി	85	11.36%
സി പി ഐ(എം)	33	6.55%
സി പി ഐ	12	2.57%

കേരളത്തിലെ തിരഞ്ഞെടുപ്പ് ഫലങ്ങൾ

മണ്ഡലം	വിജയി	പാർട്ടി
കാസർഗോഡ്	എം രാമണ്ണറായ്	സി പി ഐ (എം)
കണ്ണൂർ	മുല്ലപ്പള്ളി രാമചന്ദ്രൻ	കോൺഗ്രസ്(ഐ)
വടകര	കെ പി ഉണ്ണികൃഷ്ണൻ	കോൺഗ്രസ്(എസ്)
കോഴിക്കോട്	കെ മുരളീധരൻ	കോൺഗ്രസ്(ഐ)
മഞ്ചേരി	ഇബ്രാഹിം സുലൈമാൻ സേഠ്	മുസ്ലിംലീഗ്
പൊന്നാനി	ജി എം ബനാത്ത്വാല	മുസ്ലിംലീഗ്
പാലക്കാട്	എ വിജയരാഘവൻ	സി പി ഐ (എം)
ഒറ്റപ്പാലം (സംവരണം)	കെ ആർ നാരായണൻ	കോൺഗ്രസ്(ഐ)
തൃശ്ശൂർ	പി എ ആന്റണി	കോൺഗ്രസ്(ഐ)
മുകുന്ദപുരം	സാവിത്രി ലക്ഷ്മണൻ	കോൺഗ്രസ്(ഐ)
എറണാകുളം	കെ വി തോമസ്	കോൺഗ്രസ്(ഐ)
മൂവാറ്റുപുഴ	പി സി തോമസ്	കേരള കോൺ.(എം)
കോട്ടയം	രമേശ് ചെന്നിത്തല	കോൺഗ്രസ്(ഐ)
ഇടുക്കി	പാല കെ എം മാത്യു	കോൺഗ്രസ്(ഐ)
ആലപ്പുഴ	വക്കം പുരുഷോത്തമൻ	കോൺഗ്രസ്(ഐ)
മാവേലിക്കര	പി ജെ കുര്യൻ	കോൺഗ്രസ്(ഐ)
അടൂർ (സംവരണം)	കൊടിക്കുന്നിൽ സുരേഷ്	കോൺഗ്രസ്(ഐ)
കൊല്ലം	എസ് കൃഷ്ണകുമാർ	കോൺഗ്രസ്(ഐ)
ചിറയിൻകീഴ്	തലേക്കുന്നിൽ ബഷീർ	കോൺഗ്രസ്(ഐ)
തിരുവനന്തപുരം	എ ചാൾസ്	കോൺഗ്രസ്(ഐ)

10

1991

രാജീവ് തരംഗത്തിലും കോൺഗ്രസിന് തനിച്ച് ഭൂരിപക്ഷമില്ല

ആയിരത്തി തൊള്ളായിരത്തി തൊണ്ണൂറ്റിഒന്നിലെ തിരഞ്ഞെടുപ്പിന് ഏറെ സവിശേഷതകൾ ഉണ്ടായിരുന്നു. തിരഞ്ഞെടുപ്പ് പ്രചാരണത്തിനിടെ മുൻ പ്രധാനമന്ത്രി രാജീവ്ഗാന്ധി കൊല്ലപ്പെട്ടു. അതോടെ ഹ്രസ്വമായ രാജീവ് കാലഘട്ടം അവസാനിച്ചു. സ്വാതന്ത്ര്യത്തിനുശേഷം നടന്ന ഒരു തിരഞ്ഞെടുപ്പിലും ഏതെങ്കിലുമൊരു രാഷ്ട്രീയ കക്ഷിക്ക് ആകെ പോൾ ചെയ്തതിന്റെ പകുതി വോട്ട് ലഭിച്ചിരുന്നില്ല. ഒരു രാഷ്ട്രീയ കക്ഷിക്കും പകുതി സീറ്റുകൾ ലഭിക്കാത്ത സാഹചര്യവും ഈ കാലഘട്ടത്തിൽ സംജാതമായി. ബി ജെ പി യുടെ ഹിന്ദുത്വരാഷ്ട്രീയം അടിത്തറ വ്യാപിപ്പിച്ചു. എന്നാൽ, മതപരമായ വിവേചനമല്ല, ജാതീയമായ വിവേചനമാണ് ഹിന്ദുമതം നേരിടുന്ന യഥാർഥ വെല്ലുവിളിയെന്ന വിലയിരുത്തലും ശക്തമായി.

വർധിത പ്രതിച്ഛായയോടെയാണ് വി പി സിങ് സർക്കാർ ഭരണം തുടങ്ങിയത്. എപ്പോൾ വേണമെങ്കിലും സർക്കാർ നിലംപൊത്തുമെന്ന തിരിച്ചറിവ് പ്രധാനമന്ത്രി വി പി സിങ്ങിനെ തെല്ലും തളർത്തിയില്ല. പ്രതിപക്ഷമായ കോൺഗ്രസ്, സർക്കാരിന് പുറത്തുനിന്ന് പിന്തുണ നൽകുന്ന ബി ജെ പി, ജനതാദളിലെ ദേവിലാൽ, ചന്ദ്രശേഖർ തുടങ്ങിയവരെല്ലാം സർക്കാരിനെ താഴെ ഇറക്കാനുള്ള അണിയറ നീക്കങ്ങൾ തുടക്കത്തിലേ ആരംഭിച്ചിരുന്നു. ഒരു മുസ്ലിമിനെ, അതും കാശ്മീരിയെ ആദ്യമായി ആഭ്യന്തരമന്ത്രിയാക്കിക്കൊണ്ട് വി പി സിങ് തന്റെ നിശ്ചയദാർഢ്യം തെളിയിച്ചു. ഈ നടപടി BJPയെയും കാശ്മീർ വിഘടനവാദികളെയും ഒരുപോലെ അസ്വസ്ഥരാക്കി. ഭീകരസംഘടനയായ ജെ കെ എൽ എഫ് മുഫ്ത്തി മുഹമ്മദ് സെയ്ദിന്റെ മകൾ റൂബിയയെ തട്ടിക്കൊണ്ടു പോയി. കൊടും ഭീകരരെ മോചിപ്പിച്ചുകൊണ്ടാണ് റൂബിയയെ രക്ഷപ്പെടുത്തിയത്.

1989 ആഗസ്ത് 13 ന് വി പി സിങ് മണ്ഡൽ കമീഷൻ റിപ്പോർട്ട് നടപ്പിലാക്കുന്നതിനുള്ള സർക്കാർ ഉത്തരവ് പുറപ്പെടുവിച്ചു. കേന്ദ്ര തൊഴിലവസരങ്ങളിലെ 27 ശതമാനം പിന്നോക്ക ജാതിക്കാർക്ക് സംവരണം ചെയ്തുകൊണ്ടുള്ളതായിരുന്നു ഉത്തരവ്. അക്കാലത്ത് കേന്ദ്ര സർവീസുകളിലെ ബഹുഭൂരിഭാഗത്തിലും തൊഴിലെടുത്തിരുന്നത് ഉന്നത ജാതിക്കാരായിരുന്നു. ഉത്തരേന്ത്യൻ സംസ്ഥാന സർവീസുകളിലെ സ്ഥിതിയും വ്യത്യസ്തമായിരുന്നില്ല. സമൂഹത്തിൽ രൂഢമൂലമായ ജാതിവിവേചനത്തിന്റെ പ്രതിഫലനമായിരുന്നു ഇത്. മണ്ഡൽ കമീഷൻ റിപ്പോർട്ട് നടപ്പിലാക്കുന്നതിലൂടെ ഇന്ത്യൻ സാമൂഹ്യവ്യവസ്ഥയിൽ കാതലായ മാറ്റം ഉണ്ടാക്കാനുള്ള ശ്രമമാണ് വി പി സിങ് നടത്തിയത്. എന്നാൽ, ഇതിനെതിരെ ബി ജെ പി യും കോൺഗ്രസും ശക്തമായി രംഗത്തു വന്നു. തങ്ങളുടെ പിന്നോക്ക വോട്ട്ബാങ്കിൽ വിള്ളൽ ഉണ്ടാവുമോ എന്നതായിരുന്നു ഇവരുടെ യഥാർഥ ആശങ്ക. ഇന്ത്യൻ നഗരങ്ങളിലും കലാലയങ്ങളിലും മണ്ഡൽവിരുദ്ധ സമരം ശക്തമായി. ദില്ലി യൂണിവേഴ്സിറ്റിയിലെ വിദ്യാർഥിയായ രാജീവ് ഗോസ്വാമി ആത്മാഹൂതി ശ്രമം നടത്തി. അഗ്നിയിൽ എരിയുന്ന ഗോസ്വാമിയുടെ ഫോട്ടോ മണ്ഡൽ വിരുദ്ധ പ്രക്ഷോഭത്തിന്റെ അടയാളമായി മാറി.

വി പി സിങ്ങിന്റെ മണ്ഡൽ രാഷ്ട്രീയത്തെ നേരിടാനായാണ് ബി ജെ പി മസ്ജിദ് രാഷ്ട്രീയം പയറ്റാൻ തുടങ്ങിയത്. അയോധ്യയിലെ ബാബ്റി മസ്ജിദ് പൊളിച്ചുമാറ്റി തൽസ്ഥാനത്ത് രാമക്ഷേത്രം പണിയണമെന്നായിരുന്നു ബി ജെ പി യുടെ ആവശ്യം. ഈ ആവശ്യം ഉന്നയിച്ച് എൽ കെ അദ്വാനി 1990 സെപ്തംബർ 25 ന് ഗുജറാത്തിലെ ദ്വാരകയിൽ നിന്ന് രഥയാത്ര ആരംഭിച്ചു. എട്ട് സംസ്ഥാനങ്ങളിലൂടെ ആറായിരം കിലോമീറ്റർ യാത്ര ചെയ്ത് അയോധ്യയിൽ യാത്ര അവസാനിപ്പിക്കുമെന്ന് അദ്വാനി പ്രഖ്യാപിച്ചു. യാത്രയിലുടനീളം മുഴങ്ങിക്കേട്ടത് വർഗീയ വിഷം ചീറ്റുന്ന പ്രസംഗങ്ങൾ ആയിരുന്നു. ഉത്തരേന്ത്യയിൽ പലയിടത്തും വർഗീയ സംഘർഷങ്ങൾ ഉണ്ടായി. യാത്ര തടഞ്ഞാൽ വി പി സിങ് സർക്കാരിനുള്ള പിന്തുണ പിൻവലിക്കുമെന്ന് ബി ജെ പി ഭീഷണി മുഴക്കി. ഭീഷണിക്ക് മുന്നിൽ മുട്ടുമടക്കാൻ വി പി സിങ് തയാറായില്ല. ബീഹാറിലെ സമസ്തിപ്പൂരിൽവെച്ച് രഥയാത്ര തടഞ്ഞു. അതോടെ വി പി സിങ് സർക്കാരിനുള്ള പിന്തുണ ബി ജെ പി പിൻവലിച്ചു. ബാബ്റി മസ്ജിദ് തകർക്കാനായി അയോധ്യയിലേക്ക് ആയിരക്കണക്കിന് കർസേവകർ ഒഴുകിയെത്തി. ഇവർക്കെതിരെ ശക്തമായ നടപടിയാണ് മുഖ്യമന്ത്രി മുലായംസിങ് യാദവ് കൈക്കൊണ്ടത്. ബീഹാറിലും യു പി യിലും സവിശേഷതകൾ ഏറെയുള്ള ധ്രുവീകരണങ്ങൾ ഉണ്ടാക്കി. മുസ്ലീങ്ങളും പിന്നോക്ക ജാതിക്കാരും ലാലുവിനോടും മുലായത്തിനോടും ഒപ്പം നിന്നു. ഉയർന്ന ജാതിക്കാർ ബി ജെ പി യുടെ രാമക്ഷേത്ര രാഷ്ട്രീയത്തിലേക്ക് ആകർഷിക്കപ്പെട്ടു. രണ്ടിനുമിടയിൽപ്പെട്ട് കോൺ

ഗ്രസ് ഒന്നുമല്ലാതായി.

പെട്ടെന്ന് തിരഞ്ഞെടുപ്പ് നടന്നാൽ കനത്ത തിരിച്ചടിയുണ്ടാകുമെന്ന കാര്യത്തിൽ കോൺഗ്രസ് നേതൃത്വത്തിന് സംശയമില്ലായിരുന്നു. അതുകൊണ്ടുതന്നെ ചന്ദ്രശേഖർ മുൻകൈയെടുത്ത് രൂപീകരിച്ച സർക്കാരിന് പിന്തുണ നൽകാൻ കോൺഗ്രസ് തീരുമാനിച്ചു. എന്നാൽ, ചന്ദ്രശേഖറിനെ സ്വസ്ഥമായി ഭരിക്കാൻ കോൺഗ്രസ് അനുവദിച്ചില്ല. കോൺഗ്രസ് ക്യാമ്പിലെ നീക്കങ്ങൾ നിരീക്ഷിക്കാൻ രഹസ്യ പൊലീസിനെ അയച്ചെന്ന കാരണം പറഞ്ഞ് സർക്കാരിനുള്ള പിന്തുണ പിൻവലിച്ചു.

1991 ലെ ലോകസഭാ തിരഞ്ഞെടുപ്പിൽ മൂന്ന് ചേരികൾ തമ്മിലുള്ള മത്സരമാണ് നടന്നത്. വി പി സിങ്ങിന്റെ നേതൃത്വത്തിലുള്ള ജനതാദളും ഇടതുപക്ഷവും മതേതര രാഷ്ട്രീയം ഉയർത്തിപ്പിടിച്ചു. അയോധ്യയിൽ രാമക്ഷേത്രം നിർമിക്കാൻ ബി ജെ പിക്ക് വോട്ട് ചെയ്യണമെന്നായിരുന്നു ബി ജെ പി യുടെ മുദ്രാവാക്യം. രാജ്യത്ത് ഭരണ സ്ഥിരത ഉണ്ടാക്കാൻ കോൺഗ്രസിന് വോട്ട് ചെയ്യണമെന്ന് രാജീവ്ഗാന്ധിയുടെ നേതൃത്വത്തിലുള്ള കോൺഗ്രസ് ആവശ്യപ്പെട്ടു. തിരഞ്ഞെടുപ്പ് പ്രക്രിയ ആരംഭിച്ചതിനുശേഷം തമിഴ്നാട്ടിലെ ശ്രീപെരുമ്പത്തൂരിൽ പ്രചാരണത്തിനെത്തിയ രാജീവ്ഗാന്ധി എൽ ടി ടി ഇ ബോംബാക്രമണത്തിൽ കൊല്ലപ്പെട്ടു. അതോടെ തിരഞ്ഞെടുപ്പ് രംഗത്തെ ഏക വിഷയം രാജീവ് വധമായി. സഹതാപതരംഗം ആളിക്കത്തിക്കാൻ കോൺഗ്രസ് നേതൃത്വം ശ്രമിച്ചു. രാജീവ്ഗാന്ധിയുടെ ചിതാഭസ്മവുമായാണ് കോൺഗ്രസ് നേതാക്കൾ വോട്ടർമാരെ സമീപിച്ചത്.

രാജീവ് തരംഗമുണ്ടായിട്ടും കോൺഗ്രസിന് തനിച്ച് ഭൂരിപക്ഷം കിട്ടിയില്ല. കോൺഗ്രസിന്റെ അംഗബലം 232 സീറ്റുകളിൽ ഒതുങ്ങി. കോൺഗ്രസിന് ലഭിച്ചത് 36.26 ശതമാനം വോട്ട് മാത്രം. ബി ജെ പിക്ക് 120 സീറ്റും ജനതാദളിന് 59 ഉം സി പി ഐ (എം)ന് 35 ഉം സി പി ഐയ്ക്ക് 14 ഉം ലഭിച്ചു. 49, 83, 63, 80 വോട്ടർമാരിലെ 56.73 ശതമാനം പേരാണ് വോട്ട് രേഖപ്പെടുത്തിയത്. ഉയർന്ന പോളിങ് ലക്ഷദ്വീപിൽ 80.37 ശതമാനം. കുറഞ്ഞ പോളിങ് ഗോവയിൽ 42 ശതമാനം.

ഉത്തർപ്രദേശിലും ബീഹാറിലും കോൺഗ്രസിന് അടിപതറി. കോൺഗ്രസിന്റെ ഏറ്റവും വലിയ ശക്തികേന്ദ്രം എന്ന് അറിയപ്പെട്ടിരുന്ന യു പി യിൽ കോൺഗ്രസിന് ലഭിച്ചത് വെറും 5 സീറ്റ്. കേരളം, കർണാടക, ആന്ധ്രാപ്രദേശ്, മധ്യപ്രദേശ്, മഹാരാഷ്ട്ര, തമിഴ്നാട് എന്നീ സംസ്ഥാനങ്ങളാണ് മുഖ്യമായും കോൺഗ്രസിനൊപ്പം നിന്നത്. ഇതിലെ മിക്ക സംസ്ഥാനങ്ങളിലും വോട്ടെടുപ്പ് നടന്നത് രാജീവ്ഗാന്ധി കൊല്ലപ്പെട്ടതിനുശേഷമായിരുന്നു. രാജീവ് തരംഗമില്ലായിരുന്നുവെങ്കിൽ കോൺഗ്രസിന്റെ സ്ഥിതി പരമദയനീയമാവുമായിരുന്നു. രാജീവ് വധത്തിൽ ഡി എം കെയ്ക്ക് പങ്കുണ്ടെന്നതായിരുന്നു കോൺഗ്രസിന്റെ ഒരു പ്രധാന ആരോപണം. തമിഴ്നാട്ടിലെ ഒരു സീറ്റിൽപോലും വിജയിക്കാൻ

ഡി എം കെയ്ക്ക് ആയില്ല.

ഉത്തർപ്രദേശ്, രാജസ്ഥാൻ, ഗുജറാത്ത് എന്നീ സംസ്ഥാനങ്ങളിൽ ബി ജെ പി വൻ വിജയം നേടി. രാമക്ഷേത്ര പ്രക്ഷോഭം യു പി യിൽ നേടിക്കൊടുത്തത് 51 സീറ്റുകളാണ്. യു പി യിൽ ജനതാദളിന് 22 സീറ്റുകൾ ലഭിച്ചു. ലാലു പ്രസാദ് യാദവിന്റെ നേതൃത്വത്തിൽ ബീഹാറിൽ ജനതാദൾ മികച്ച വിജയം നേടി.

അന്തരിച്ചെങ്കിലും അമേഠിയിൽ രാജീവ്ഗാന്ധി വിജയിച്ചു. ബി ജെ പി യിലെ രവിശങ്കർ പ്രതാപിനെ ഒരു ലക്ഷത്തി പതിനായിരം വോട്ടുകൾക്കാണ് തോൽപ്പിച്ചത്. യു പി യിലെ ഫത്തേപ്പൂരിൽനിന്ന് വി പി സിങ് വൻ ഭൂരിപക്ഷത്തോടെ വിജയിച്ചു. എ ബി വാജ്പേയി ലഖ്നൗ, വിദിശ മണ്ഡലങ്ങളിൽനിന്നും എൽ കെ അദ്വാനി ഗാന്ധിനഗർ, ദില്ലി മണ്ഡലങ്ങളിൽനിന്നും തിരഞ്ഞെടുക്കപ്പെട്ടു. ഏറ്റവും വലിയ അട്ടിമറി നടന്നത് ഹരിയാനയിലെ റോഥക്കിലായിരുന്നു. ഉപപ്രധാനമന്ത്രിയായിരുന്ന ദേവിലാലിലെ കോൺഗ്രസ് സ്ഥാനാർഥി ഭൂപീന്ദർസിങ് ഹൂഡ അട്ടിമറിച്ചു. അധികം താമസിക്കാതെ ഹൂഡ ഹരിയാനയിലെ പ്രധാന കോൺഗ്രസ് നേതാവും മുഖ്യമന്ത്രിയുമായി. യു പി യിലെ ഇട്ടാവയിൽ നിന്ന് ബി എസ് പി നേതാവ് കാൻഷിറാം വിജയിച്ചത് ഉത്തർപ്രദേശിൽ ദളിത് രാഷ്ട്രീയം വേരുറപ്പിക്കുന്നതിന്റെ സൂചന നൽകി.

പി വി നരസിംഹറാവു മന്ത്രിസഭ

ക്യാബിനറ്റ് മന്ത്രിമാർ

പ്രധാനമന്ത്രി: പി വി നരസിംഹറാവു.

പി വി നരസിംഹറാവു (വിദേശകാര്യം, ആണവോർജം), മൻമോഹൻസിങ് (ധനകാര്യം), ശങ്കർ റാവു ചവാൻ (ആഭ്യന്തരം), ശരദ് പവാർ (പ്രതിരോധം), ജാഫർ ഷെരീഫ് (റെയിൽവേ), ബൽറാം ഝാക്കർ (കൃഷി), മാധവറാവു സിന്ധ്യ (സിവിൽ, വ്യോമയാനം, ടൂറിസം), ഗുലാം നബി ആസാദ് (പാർലമെന്ററികാര്യം), എ കെ ആന്റണി (1993 മുതൽ ഭക്ഷ്യമന്ത്രിയായി).

പാർട്ടി	സീറ്റുകൾ	ശതമാനം
കോൺഗ്രസ് (ഐ)	232	36.26%
ബി ജെ പി	120	20.11%
ജനതാദൾ	59	11.84%
സി പി ഐ(എം)	35	6.16%
സി പി ഐ	14	2.41%
ജനതാപാർട്ടി	5	3.37%

കേരളത്തിലെ തിരഞ്ഞെടുപ്പു ഫലങ്ങൾ

മണ്ഡലം	വിജയി	പാർട്ടി
കാസർഗോഡ്	എം രാമണ്ണറായ്	സി പി ഐ(എം)
കണ്ണൂർ	മുല്ലപ്പള്ളി രാമചന്ദ്രൻ	കോൺഗ്രസ്(ഐ)
വടകര	കെ പി ഉണ്ണികൃഷ്ണൻ	കോൺഗ്രസ്(എസ്)
കോഴിക്കോട്	കെ മുരളീധരൻ	കോൺഗ്രസ്(ഐ)
മഞ്ചേരി	ഇ അഹമ്മദ്	മുസ്ലിംലീഗ്
പൊന്നാനി	ഇബ്രാഹിം സുലൈമാൻ സേഠ്	മുസ്ലിംലീഗ്
പാലക്കാട്	വി എസ് വിജയരാഘവൻ	കോൺഗ്രസ്(ഐ)
ഒറ്റപ്പാലം (സംവരണം)	കെ ആർ നാരായണൻ	കോൺഗ്രസ്(ഐ)
തൃശൂർ	പി സി ചാക്കോ	കോൺഗ്രസ്(ഐ)
മുകുന്ദപുരം	സാവിത്രി ലക്ഷ്മണൻ	കോൺഗ്രസ്(ഐ)
എറണാകുളം	കെ വി തോമസ്	കോൺഗ്രസ്(ഐ)
മൂവാറ്റുപുഴ	പി സി തോമസ്	കോൺഗ്രസ്(എം)
കോട്ടയം	രമേശ് ചെന്നിത്തല	കോൺഗ്രസ്(ഐ)
ഇടുക്കി	പാല കെ എം മാത്യു	കോൺഗ്രസ്(ഐ)
ആലപ്പുഴ	ടി ജെ ആഞ്ചലോസ്	സി പി ഐ(എം)
മാവേലിക്കര	പി ജെ കുര്യൻ	കോൺഗ്രസ്(ഐ)
അടൂർ (സംവരണം)	കൊടിക്കുന്നിൽ സുരേഷ്	കോൺഗ്രസ്(ഐ)
കൊല്ലം	എസ് കൃഷ്ണകുമാർ	കോൺഗ്രസ്(ഐ)
ചിറയിൻകീഴ്	സുശീലാഗോപാലൻ	സി പി ഐ (എം)
തിരുവനന്തപുരം	എ ചാൾസ്	കോൺഗ്രസ്(ഐ)

11

1996

റാവു രാഷ്ട്രീയത്തിന്റെ അന്ത്യം

ആയിരത്തി തൊള്ളായിരത്തി തൊണ്ണൂറ്റിആറിലെ ലോകസഭാ തിരഞ്ഞെടുപ്പോടെ കോൺഗ്രസിന്റെ ഏകകക്ഷി ഭരണത്തിന് പൂർണ വിരാമമായി. പി വി നരസിംഹറാവുവിന്റെ നേതൃത്വത്തിലുള്ള കോൺഗ്രസ് മൂന്ന് കഷണങ്ങളായി പിരിഞ്ഞു. കോൺഗ്രസ് ഐ, ആൾ ഇന്ത്യ ഇന്ദിരാകോൺഗ്രസ് (തിവാരി), തമിഴ് മാനില കോൺഗ്രസ് എന്നിവയായിരുന്നു കോൺഗ്രസിന്റെ വകഭേദങ്ങൾ. ജനതാദളിലെ സ്ഥിതിയും വ്യത്യസ്തമായിരുന്നില്ല. ജനതാദൾ, സമാജ്‌വാദിപാർട്ടി, ഇന്ത്യൻ നാഷണൽ ലോക്ദൾ, സമതാപാർട്ടി, സമാജ്‌വാദി ജനതാപാർട്ടി തുടങ്ങിയ പാർട്ടികളായി പഴയ പാർട്ടി പിരിഞ്ഞു.

ബാബ്റി മസ്ജിദ് തകർക്കുക എന്ന ലക്ഷ്യം 1992 ഡിസംബർ 6 ന് ബി ജെ പിയും സംഘപരിവാറും നിറവേറ്റി. യു പി ഭരിച്ചിരുന്ന കല്യാൺ സിങ് സർക്കാരിന്റെ പൂർണ ഒത്താശയോടെയാണ് ബാബറി മസ്ജിദ് തകർത്തത്. മസ്ജിദ് തകർക്കുമെന്ന് മുൻകൂട്ടി വിവരം ലഭിച്ചിട്ടും ശക്തമായി ഇടപെടാൻ കേന്ദ്രസർക്കാർ തയാറായില്ല. ബി ജെ പിയാകട്ടെ ഹിന്ദുത്വം ആളിക്കത്തിച്ചു. പല പ്രദേശങ്ങളിലും കലാപങ്ങൾ പടർന്നു. ന്യൂനപക്ഷങ്ങൾ അരക്ഷിതരായി. കേന്ദ്ര സർക്കാരിനെതിരെ പ്രതിപക്ഷത്തെ മതേതര കക്ഷികൾ അവിശ്വാസപ്രമേയം കൊണ്ടുവന്നു. ജെ എം എം എം പിമാരെ വിലയ്ക്കു വാങ്ങിയാണ് സർക്കാർ ഭൂരിപക്ഷം തെളിയിച്ചത്. ജെ എം എം കോഴ ഇടപാട് പിന്നീട് കുപ്രസിദ്ധമായി. പ്രധാനമന്ത്രി കാലാവധി പൂർത്തിയാക്കിയതിനുശേഷം നരസിംഹറാവുവിനെ ജെ എം എം കോഴക്കേസിൽ സി ബി ഐ പ്രതിചേർത്തു. സി ബി ഐ കോടതി നരസിംഹറാവുവിന് 3 വർഷത്തെ തടവുശിക്ഷ വിധിച്ചു. പിന്നീട് ദില്ലി ഹൈക്കോടതി തെളിവില്ലെന്ന കാരണത്താൽ

റാവുവിനെ വെറുതെ വിട്ടു. കെ ആർ നാരായണൻ ഉപരാഷ്ട്രപതിയായതിനെത്തുടർന്ന് ഒറ്റപ്പാലം മണ്ഡലത്തിൽ ഉപതിരഞ്ഞെടുപ്പ് നടന്നു. ബാബ്റി മസ്ജിദ് വിഷയത്തിൽ കോൺഗ്രസ് കൈക്കൊണ്ട നിലപാടിനോടുള്ള ജനങ്ങളുടെ പ്രതികരണം അറിഞ്ഞ ദേശീയ രാഷ്ട്രീയ വൃത്തങ്ങൾ പോലും കാതോർത്തു. യു ഡി എഫ് സ്ഥാനാർഥി കെ കെ ബാലകൃഷ്ണനെ എൻ ഡി എഫ് സ്ഥാനാർഥി എസ് ശിവരാമൻ 1,33,674 വോട്ടുകൾക്കാണ് തോൽപ്പിച്ചത്. ജനവിധി നൽകിയ സന്ദേശം കോൺഗ്രസിനെ നടുക്കി.

ബാബ്റിമസ്ജിദ് തകർക്കാൻ ഒത്താശ ചെയ്ത യു പി, മധ്യപ്രദേശ്, രാജസ്ഥാൻ, ഹിമാചൽപ്രദേശ് സർക്കാരുകളെ കേന്ദ്രം പിരിച്ചുവിട്ടു. പിന്നീട് നടന്ന നിയമസഭാ തിരഞ്ഞെടുപ്പുകളിൽ ബി ജെ പിക്ക് കനത്ത തിരിച്ചടിയേറ്റു. രാജസ്ഥാനിൽ മാത്രമാണ് ബി ജെ പിക്ക് വീണ്ടും അധികാരത്തിൽ വരാനായത്. ഉത്തർപ്രദേശിൽ സമാജ്വാദി പാർട്ടിയും ബി എസ് പി യും ചേർന്ന് സർക്കാർ രൂപീകരിച്ചു. യു പി രാഷ്ട്രീയത്തിന്റെ ഗതിമാറുകയാണെന്ന സൂചനയാണ് തിരഞ്ഞെടുപ്പ് ഫലം നൽകിയത്. വർഗീയ നയങ്ങൾകൊണ്ട് മാത്രം തിരഞ്ഞെടുപ്പിൽ വിജയിക്കാനാവില്ലെന്ന താക്കീതാണ് തിരഞ്ഞെടുപ്പ് ഫലങ്ങൾ ബി ജെ പിക്ക് നൽകിയത്.

മൻമോഹൻസിങ്ങിനെ ധനമന്ത്രിയാക്കിയ നരസിംഹറാവു ഉദാരവൽക്കരണ നയം നടപ്പിലാക്കി. എന്നാൽ സമഗ്രമേഖലകളിലും അഴിമതി വ്യാപകമായി. ഹർഷത്ത് മേത്തയുടെ നേതൃത്വത്തിൽ നടന്ന ഓഹരി കുംഭകോണം ഭരണസിരാകേന്ദ്രങ്ങളെ പിടിച്ചുലച്ചു. പ്രധാനമന്ത്രി കോഴ വാങ്ങിയെന്ന് ഹർഷത്ത് മേത്ത ആരോപിച്ചു.

ജെയിൻ ഹവാല കുംഭകോണം ഇടതുപക്ഷ പാർട്ടികൾ ഒഴികെയുള്ള എല്ലാ പാർട്ടികളെയും പിടിച്ചുലച്ചു. എൽ കെ അദ്വാനി പാർലമെന്റ് അംഗത്വം രാജിവെച്ചു.

പ്രധാനമന്ത്രി പി വി നരസിംഹറാവുവിനെ അഴിമതി ആരോപണങ്ങൾ വേട്ടയാടി. ഇംഗ്ലണ്ടിലെ ഇന്ത്യൻ വ്യവസായി ലക്കുഭായി പഥക്കിൽ നിന്ന് കോഴ വാങ്ങിച്ചെന്ന വെളിപ്പെടുത്തലിന് വ്യക്തമായ മറുപടി നൽകാൻ റാവു തയാറായില്ല. വി പി സിങ്ങിനെ കുടുക്കാനായി വ്യാജരേഖ ചമച്ച കേസിൽ പ്രധാനമന്ത്രിസ്ഥാനം ഒഴിഞ്ഞതിനുശേഷം റാവു പ്രതി ചേർക്കപ്പെട്ടു. ബോഫോഴ്സ് കുംഭകോണത്തിന് ബദലായി കോൺഗ്രസ് വി പി സിങ്ങിനെതിരെ കൊണ്ടുവന്ന ആരോപണമായിരുന്നു സെന്റ് കിറ്റ്സ് ഇടപാട്. വി പി സിങ്ങിന്റെ മകൻ അജയ്സിങ്ങിന് സെന്റ്കിറ്റ്സിലെ ഫസ്റ്റ്ട്രസ്റ്റ് കോർപ്പറേഷൻ ബാങ്കിൽ അനധികൃത നിക്ഷേപം ഉണ്ടെന്നായിരുന്നു ആരോപണം. ആരോപണത്തിന് ശക്തി പകരുന്നതിനായി നരസിംഹറാവു ഉൾപ്പെടെയുള്ളവർ വ്യാജരേഖ ചമച്ചെന്നായിരുന്നു കേസ്. രാജീവ്ഗാന്ധിയുടെ നിർദേശ പ്രകാരമായിരുന്നു വ്യാജരേഖ ചമയ്ക്കൽ എന്ന് വ്യക്തമായിരുന്നു. പ്രധാനമന്ത്രി പദം ഒഴിഞ്ഞതിനുശേഷം സിങ്ങിന് കേസുകൾക്ക് പിന്നാലെ നടക്കാൻ

മാത്രമേ സമയം ഉണ്ടായിരുന്നുള്ളൂ. രാജീവ്ഗാന്ധിയുടെ നിർദേശത്തെത്തുടർന്ന് ചെയ്ത ഇടപാടുകളാണ് റാവുവിനെ കുരുക്കിയതെന്ന് കോൺഗ്രസ് നേതാക്കൾക്കെല്ലാം അറിയാമായിരുന്നു. എന്നാൽ, റാവു അന്തരിച്ചപ്പോൾ അദ്ദേഹത്തിന്റെ മൃതദേഹം ദില്ലിയിലെ എ ഐ സി സി ആസ്ഥാനത്ത് പൊതുദർശനത്തിന് വയ്ക്കാനുള്ള മര്യാദപോലും കോൺഗ്രസ് നേതൃത്വം കാണിച്ചില്ല.

ജവാഹർലാൽ നെഹ്റുവിന്റെ മരണശേഷം നെഹ്റു കുടുംബത്തിന് പുറത്തുനിന്നുള്ള ലാൽ ബഹദൂർ ശാസ്ത്രി പ്രധാനമന്ത്രി ആയിരുന്നപ്പോൾ ഇന്ദിരാഗാന്ധിയുടെ ശക്തമായ സാന്നിധ്യം സർക്കാരിലും പാർട്ടിയിലുമുണ്ടായിരുന്നു. നെഹ്റുകുടുംബത്തിന്റെ അസാന്നിധ്യമാണ് പ്രശ്നങ്ങൾക്ക് കാരണമെന്ന് കോൺഗ്രസ് നേതാക്കൾ വിലയിരുത്തി. റാവു വാകട്ടെ, ചെറിയ എതിർശബ്ദത്തെപ്പോലും ഭയപ്പെട്ടു. കെ കരുണാകരൻ ദില്ലിയിൽ കിങ് മേക്കറാവുന്നത് റാവുവിന് സഹിച്ചില്ല. കരുണാകരനെ അദ്ദേഹം മുഖ്യമന്ത്രി കസേരയിൽനിന്ന് മാറ്റി. പ്രതിസന്ധി ഘട്ടങ്ങളിലെല്ലാം കോൺഗ്രസിനെ സഹായിച്ച തമിഴ്നാട്ടിൽ അഴിമതിക്കറ പുരണ്ട ജയലളിതയുമായി സഖ്യം ഉണ്ടാക്കിയേ തീരൂ എന്ന് റാവു നിർബന്ധം പിടിച്ചു. ജി കെ മൂപ്പനാരുടെ നേതൃത്വത്തിലുള്ള പ്രമുഖ കോൺഗ്രസ് നേതാക്കളെല്ലാം കോൺഗ്രസ് വിട്ടു, തമിഴ് മാനില കോൺഗ്രസ് എന്ന പാർട്ടി രൂപീകരിച്ചു. പ്രധാനമന്ത്രി പദത്തിൽ കണ്ണുണ്ടായിരുന്ന എൻ ഡി തിവാരിയും അർജുൻസിങ്ങും ചേർന്ന് ആൾ ഇന്ത്യാ ഇന്ദിരാ കോൺഗ്രസ് (തിവാരി) രൂപീകരിച്ചു.

റാവുവിന്റെ ഭരണകാലയളവിൽ ടി എൻ ശേഷനായിരുന്നു തിരഞ്ഞെടുപ്പ് കമീഷണർ. ഭരണകക്ഷിയുടെ ആജ്ഞാനുവർത്തി ആയിരിക്കണം തിരഞ്ഞെടുപ്പ് കമീഷണർ എന്ന പതിവ് ടി എൻ ശേഷൻ തെറ്റിച്ചു. ശക്തമായ പരിഷ്കരണ നടപടികളുമായി അദ്ദേഹം മുന്നോട്ടു പോയി. ശേഷന്റെ ചിറക് അരിയുന്നതിനായി ഏകാംഗ കമീഷൻ മൂന്ന് അംഗ കമീഷനാക്കി മാറ്റി. പത്താം ലോകസഭയിലേക്ക് നടന്ന തിരഞ്ഞെടുപ്പിൽ 8 ദേശീയ പാർട്ടികൾ ഉൾപ്പെടെ 209 പാർട്ടികൾ മത്സരിച്ചു. 59,25,72,288 വോട്ടർമാരിലെ 57.94 ശതമാനം പേർ വോട്ട് രേഖപ്പെടുത്തി. ഉയർന്ന പോളിങ് ലക്ഷദ്വീപിൽ; 89.04 ശതമാനം. കുറഞ്ഞ പോളിങ് ഗുജറാത്തിൽ; 35.92 ശതമാനം. ആന്ധ്രയിലെ നൽഗോണ്ട മണ്ഡലത്തിലെ മത്സരം ചരിത്രത്തിൽ സ്ഥാനം പിടിച്ചു. നൽഗോണ്ടയിൽ നാമനിർദേശ പത്രിക സമർപ്പിച്ചത് 537 പേർ. 35 പേരുടെ പത്രിക തള്ളി. 22 സ്ഥാനാർഥികൾ മത്സരത്തിൽനിന്ന് പിന്മാറി. അവസാനം തിരഞ്ഞെടുപ്പിൽ മത്സരിച്ചത് 480 സ്ഥാനാർഥികൾ. നൽഗോണ്ട ജല സാധനാസമിതിയുടെ സമരത്തിന്റെ ഭാഗമായിട്ടായിരുന്നു ഈ കൂട്ടത്തോടെയുള്ള മത്സരം. ശ്രീശൈലം കനാൽ പദ്ധതിയും ശുദ്ധജലവിതരണ പദ്ധതിയും നൽഗോണ്ട ജില്ലയിലെ ചില ഗ്രാമപ്രദേശങ്ങളിൽ നടപ്പിലാക്കാൻ വൈകുന്നതിനെതിരെയായിരുന്നു പ്രതിഷേധം. തിരഞ്ഞെടുപ്പ് പൂർത്തിയാക്കാൻ

കമീഷൻ നന്നേ ബുദ്ധിമുട്ടി. 480 ചിഹ്നങ്ങൾ കണ്ടെത്തുക എന്നതായിരുന്നു ഏറ്റവും വലിയ ബുദ്ധിമുട്ട്. ഭൂമിയിലുള്ള പക്ഷി മൃഗാദികളും വാഹനങ്ങളും ആയുധങ്ങളുമെല്ലാം ചിഹ്നങ്ങളായി. മണ്ഡലത്തിലെ വോട്ട് എണ്ണിത്തീരാൻ ദിവസങ്ങളെടുത്തു. നൽഗോണ്ട അനുഭവത്തിന്റെ പശ്ചാത്തലത്തിലാണ് മത്സരിക്കുമ്പോൾ കെട്ടിവയ്ക്കേണ്ട തുക 10,000 രൂപയായി തിരഞ്ഞെടുപ്പ് കമീഷൻ ഉയർത്തിയത്. ചരിത്രത്തിൽ സ്ഥാനം പിടിച്ച മത്സരത്തിൽ സി പി ഐ സ്ഥാനാർഥി ബി ജി ബൈക്സാം ബി ജെ പി യിലെ ഐ ആർ നാലുവിനെ 71,757 വോട്ടുകൾക്ക് തോൽപ്പിച്ചു.

തിരഞ്ഞെടുപ്പിൽ ബി ജെ പി ഏറ്റവും വലിയ ഒറ്റകക്ഷിയായി. 161 സീറ്റുകളും 20.29 ശതമാനം വോട്ടും ബി ജെ പിക്ക് ലഭിച്ചു. തിരഞ്ഞെടുപ്പ് ചരിത്രത്തിലെ ഏറ്റവും കുറഞ്ഞ അംഗബലത്തിലേക്ക് കോൺഗ്രസ് ചുരുങ്ങി. 140 സീറ്റും 28.80 ശതമാനം വോട്ടുമാണ് കോൺഗ്രസിന് ലഭിച്ചത്. ജനതാദളിന് 46 ഉം സി പി ഐ എമ്മിന് 32 ഉം സി പി ഐയ്ക്ക് 12 ഉം തിവാരി കോൺഗ്രസിന് 4 ഉം സീറ്റുകൾ ലഭിച്ചു. തിരഞ്ഞെടുപ്പിൽ വൻ മുന്നേറ്റം ഉണ്ടാക്കിയ പാർട്ടി ബി എസ് പിയാണ്. യു പിയിൽ 6 ഉം പഞ്ചാബിൽ 3 ഉം മധ്യപ്രദേശിൽ 2 ഉം സീറ്റുകളിൽ വിജയിച്ച ബി എസ് പി യുടെ പാർലമെന്റിലെ അംഗബലം 11 ആയി.

യു പി, രാജസ്ഥാൻ, മഹാരാഷ്ട്ര, മധ്യപ്രദേശ്, ഗുജറാത്ത്, ബീഹാർ എന്നീ സംസ്ഥാനങ്ങളിലാണ് ബി ജെ പി മികച്ച പ്രകടനം കാഴ്ചവെച്ചത്. എ ബി വാജ്പേയി (ലഖ്നൗ, ഗാന്ധിനഗർ), പ്രമോദ് മഹാജൻ (മുംബൈ നോർത്ത് ഈസ്റ്റ്), സുഷമാ സ്വരാജ് (സൗത്ത് ദില്ലി) തുടങ്ങിയ പ്രമുഖർ വിജയിച്ചു. ആന്ധ്രാപ്രദേശ്, മഹാരാഷ്ട്ര, ഒഡീഷ എന്നീ സംസ്ഥാനങ്ങളിലാണ് കോൺഗ്രസ് മെച്ചപ്പെട്ട പ്രകടനം കാഴ്ചവെച്ചത്. പി വി നരസിംഹറാവു നന്ദ്യാലിൽ വിജയിച്ചു. രാജീവ്ഗാന്ധിയുടെ സുഹൃത്തായിരുന്ന ക്യാപ്റ്റൻ സതീഷ് ശർമ അമേഠിയിൽ വിജയിച്ചു. എന്നാൽ റായ്ബറേലിയിൽ കോൺഗ്രസ് സ്ഥാനാർഥി വിക്രം കൗൾ നാലാം സ്ഥാനത്തേക്ക് പിന്തള്ളപ്പെട്ടു. ഇവിടെ വിജയിച്ചത് ബി ജെ പി യിലെ അശോക് സിങ്ങായിരുന്നു. ജനതാദൾ ബീഹാറിലും കർണാടകയിലും സമാജ്‌വാദി പാർട്ടി യു പിയിലും നല്ല പ്രകടനം കാഴ്ചവെച്ചു. കേരളത്തിലും പശ്ചിമബംഗാളിലും ത്രിപുരയിലും നല്ല പ്രകടനം കാഴ്ചവെച്ച ഇടതുപക്ഷം പാർലമെന്റിലെ നിർണായക ശക്തികളായി. ടി എം സി – ഡി എം കെ സഖ്യം തമിഴ്നാട് തൂത്തുവാരി. ഇവിടുത്തെ ഒരൊറ്റ സീറ്റുപോലും കോൺഗ്രസ് എ–ഐ എ ഡി എം കെ സഖ്യത്തിന് ലഭിച്ചില്ല.

ഏകകക്ഷി ഭരണം ഇനി സാധ്യമല്ലെന്ന് തിരിച്ചറിഞ്ഞ കോൺഗ്രസ് നെഹ്റു കുടുംബത്തിന്റെ താങ്ങും തണലും ഇല്ലാതെ നിലനിൽക്കാനാവില്ലെന്ന് വിലയിരുത്തി. ബാബ്റി മസ്ജിദ് തകർത്തിട്ടും ഭൂരിപക്ഷത്തിന്റെ ഏഴയലത്തെത്താൻ ബി ജെ പിക്കായില്ല. കോൺഗ്രസ്, ബി ജെ പി ഇതര ശക്തികൾ യോജിച്ച് നിന്നാൽ മുന്നേറാനാകുമെന്ന പാഠവും തിരഞ്ഞെടുപ്പ് ഫലം നൽകി.

1996 എ ബി വാജ്പേയി മന്ത്രിസഭ

പ്രധാനമന്ത്രി: എ ബി വാജ്പേയി (13 ദിവസം ഭരണം നടത്തി)

മുരളി മനോഹർ ജോഷി (ആഭ്യന്തരം), ജസ്വന്ത് സിങ് (ധനകാര്യം), സിക്കന്തർ ഭക്ത് (വിദേശകാര്യം, നഗരവികസനം), പ്രമോദ് മഹാജൻ (പ്രതിരോധം), സൂരജ്ഭാൻ (കൃഷി), രാംജേഠ് മലാനി (നിയമം), ധനഞ്ജയകുമാർ (സിവിൽ വ്യോമയാനം), സുരേഷ് പ്രഭു (വ്യവസായം), സർതാജ് സിങ് (ആരോഗ്യം), സുഷമ സ്വരാജ് (വാർത്താപ്രക്ഷേപണം), കരിയമുണ്ട (പട്ടികവർഗക്ഷേമം).

എച്ച് ഡി ദേവഗൗഡ മന്ത്രിസഭ

ക്യാബിനറ്റ് മന്ത്രിമാർ

പ്രധാനമന്ത്രി: എച്ച് ഡി ദേവഗൗഡ

എച്ച് ഡി ദേവഗൗഡ (ആണവോർജം), ഐ കെ ഗുജ്റാൾ (വിദേശകാര്യം), പി ചിദംബരം (ധനകാര്യം), ഇന്ദ്രജിത്ത് ഗുപ്ത (ആഭ്യന്തരം), മുലായം സിങ് യാദവ് (പ്രതിരോധം), രാംവിലാസ് പാസ്വാൻ (റെയിൽവേ), ആർ എൽ ജാലപ്പ (ടെക്സ്റ്റൈൽസ്), മുരശൊലി മാരൻ (വ്യവസായം), ചതുരാഹൻ മിശ്ര (കൃഷി), ജ്ഞാനേശ്വർ മിശ്ര (ജലവിഭവം).

ഐ കെ ഗുജ്റാൾ മന്ത്രിസഭ

ക്യാബിനറ്റ് മന്ത്രിമാർ

പ്രധാനമന്ത്രി: ഐ കെ ഗുജ്റാൾ

ഇന്ദ്രജിത്ത് ഗുപ്ത (ആഭ്യന്തരം), മുലായംസിങ് യാദവ് (പ്രതിരോധം), പി ചിദംബരം (ധനകാര്യം), രാംവിലാസ് പാസ്വാൻ (റെയിൽവേ), ബേനി പ്രസാദ് വർമ (വാർത്താവിനിമയം), ചരുരാനൻ മിശ്ര (കൃഷി), മുരശൊലി മാരൻ (വ്യവസായം), സി എം ഇബ്രാഹിം (സിവിൽ വ്യോമയാനം), ആർ എൽ ജാലപ്പ (ടെക്സ്റ്റൈൽസ്), ബൽവന്ത്സിങ് രാമുവാലിയ (സാമൂഹ്യക്ഷേമം), വീരേന്ദ്രപ്രസാദ് (ഖനി), യെരൻനായിഡു (ഗ്രാമവികസനം), സെയ്ഫുദ്ദീൻ സോസ് (വനം).

ലോകസഭാ തിരഞ്ഞെടുപ്പ് ഫലം 1996

പാർട്ടി	സീറ്റുകൾ	ശതമാനം
ബി ജെ പി	161	20.29%
കോൺഗ്രസ് (ഐ)	140	28.80%
സി പി ഐ(എം)	32	6.12%
സി പി ഐ	12	1.97%
ജനതാദൾ	48	8.08%
എസ് എ പി	8	2.17%
ഇന്ദിരാ കോൺഗ്രസ്	4	1.46% (തിവാരി)

കേരളത്തിലെ തിരഞ്ഞെടുപ്പു ഫലങ്ങൾ

മണ്ഡലം	വിജയി	പാർട്ടി
കാസർഗോഡ്	ടി ഗോവിന്ദൻ	സി പി ഐ(എം)
കണ്ണൂർ	മുല്ലപ്പള്ളി രാമചന്ദ്രൻ	കോൺഗ്രസ്(ഐ)
വടകര	ഒ ഭരതൻ	സി പി ഐ(എം)
കോഴിക്കോട്	എം പി വീരേന്ദ്രകുമാർ	ജനതാദൾ
മഞ്ചേരി	ഇ അഹമ്മദ്	മുസ്ലിംലീഗ്
പൊന്നാനി	ജി എം ബനാത്ത്വാല	മുസ്ലിംലീഗ്
ഒറ്റപ്പാലം (സംവരണം)	എസ് അജയകുമാർ	സി പി ഐ(എം)
തൃശ്ശൂർ	വി വി രാഘവൻ	സി പി ഐ
മുകുന്ദപുരം	പി സി ചാക്കോ	കോൺഗ്രസ്(ഐ)
എറണാകുളം	സേവ്യർ അറയ്ക്കൽ	സ്വതന്ത്രൻ
മൂവാറ്റുപുഴ	പി സി തോമസ്	കേരളകോൺ.(എം)
കോട്ടയം	രമേശ് ചെന്നിത്തല	കോൺഗ്രസ്(ഐ)
ഇടുക്കി	എ സി ജോസ്	കോൺഗ്രസ്(ഐ)
ആലപ്പുഴ	വി എം സുധീരൻ	കോൺഗ്രസ് (ഐ)
മാവേലിക്കര	പി ജെ കുര്യൻ	കോൺഗ്രസ്(ഐ)
അടൂർ (സംവരണം)	കൊടിക്കുന്നിൽ സുരേഷ്	കോൺഗ്രസ്(ഐ)
കൊല്ലം	എൻ കെ പ്രേമചന്ദ്രൻ	ആർ എസ് പി
ചിറയിൻകീഴ്	എ സമ്പത്ത്	സി പി ഐ (എം)
തിരുവനന്തപുരം	കെ വി സുരേന്ദ്രനാഥ്	സി പി ഐ

12

1998

ബി ജെ പി വളരുന്നു

തൊണ്ണൂറ്റി ആറിലേയും തൊണ്ണൂറ്റി എട്ടിലേയും ലോകസഭാ തിരഞ്ഞെടുപ്പുകൾക്കിടയിൽ രാജ്യം മൂന്ന് സർക്കാരുകൾ കണ്ടു. ഏറ്റവും വലിയ ഒറ്റക്കക്ഷിയായ ബി ജെ പി സർക്കാർ ഉണ്ടാക്കി. എ ബി വാജ്പേയിയുടെ നേതൃത്വത്തിലുള്ള സർക്കാരിന്റെ കാലാവധി വെറും പതിമൂന്ന് ദിവസമായിരുന്നു. കോൺഗ്രസ് പ്രതിപക്ഷത്തിരിക്കാൻ തീരുമാനിച്ചു. കോൺഗ്രസ്, ബി ജെ പി ഇതര മതേതര കക്ഷികൾ സർക്കാർ രൂപീകരിക്കാൻ കൂടിയാലോചനകൾ നടത്തി. അർബുദ രോഗബാധിതനായി വിശ്രമിക്കുകയായിരുന്ന വി പി സിങ് പ്രധാനമന്ത്രിയാകാനുള്ള ക്ഷണം നിരസിച്ചു. ജ്യോതിബസുവിനെ പ്രധാനമന്ത്രിയാക്കണമെന്ന നിർദേശം ഉയർന്നു. സർക്കാരിൽ പങ്കാളിയാകേണ്ടെന്ന് സി പി ഐ (എം) തീരുമാനിച്ചതോടെ ആ നിർദേശം തള്ളപ്പെട്ടു. ഒടുവിൽ നേതാക്കൾ ജനതാദൾ നേതാവ് എച്ച് ഡി ദേവഗൗഡയെ പ്രധാനമന്ത്രിയാക്കാൻ തീരുമാനിച്ചു. ജനതാദൾ, തമിഴ് മാനില കോൺഗ്രസ്, ഡി എം കെ, സി പി ഐ, സമാജ്‌വാദി പാർട്ടി തുടങ്ങിയ പാർട്ടികൾ ചേർന്ന് ഐക്യമുന്നണി സർക്കാർ രൂപീകരിച്ചു. കോൺഗ്രസും ഇടതുപക്ഷ പാർട്ടികളും സർക്കാരിനെ പുറത്തുനിന്ന് പിന്തുണച്ചു.

പി വി നരസിംഹറാവുവിനുശേഷം സ്വാതന്ത്ര്യ സമരസേനാനിയായ സീതാറാം കേസരി കോൺഗ്രസിന്റെ അധ്യക്ഷനായി. ഏതുവിധേനയും പ്രധാനമന്ത്രിയാവുക എന്നതായിരുന്നു കേസരിയുടെ ലക്ഷ്യം. പാർട്ടിയിലെ നേതാക്കളെയും പി സി സി കളെയും യോജിച്ച് കൊണ്ടുപോകാൻ അദ്ദേഹത്തിനായില്ല. പശ്ചിമബംഗാളിൽ കോൺഗ്രസ് നെടുകെ പിളർന്നു. ജനപിന്തുണയുള്ള മമതാ ബാനർജി ഒരു ഭാഗത്തും കാര്യമായ ജനപിന്തുണയില്ലാത്ത പ്രണബ് മുഖർജി, ഗനിഖാൻ ചൗധരി, പ്രിയരഞ്ജൻദാസ് മുൻഷി, സിദ്ധാർഥ ശങ്കർ റേ എന്നിവർ മറുവശത്തുമായി. കോൺഗ്രസ് ഹൈക്കമാൻഡ് മമതയെ കൈയൊഴിഞ്ഞ് തലമുതിർന്ന

നേതാക്കളോടൊപ്പം നിന്നു. അതോടെ പശ്ചിമബംഗാളിലെ കോൺഗ്രസ് കൂടുതൽ ദുർബലമായി.

കോൺഗ്രസുമായി കൂടിയാലോചിക്കുന്നില്ല എന്ന കാരണം പറഞ്ഞ് ദേവഗൗഡ സർക്കാരിനുള്ള പിന്തുണ കോൺഗ്രസ് പിൻവലിച്ചു. പ്രധാന മന്ത്രിയാകാനുള്ള സീതാറാം കേസരിയുടെ ധൃതി ആയിരുന്നു യഥാർഥ കാരണം. എന്നാൽ, സർക്കാർ ഉണ്ടാക്കാനോ തിരഞ്ഞെടുപ്പിനെ നേരിടാനോ കോൺഗ്രസ് തയാറായില്ല. മറ്റൊരു നേതാവിന്റെ നേതൃത്വത്തിൽ ഐക്യമുന്നണി സർക്കാർ ഉണ്ടാക്കിയാൽ പിന്തുണയ്ക്കാമെന്ന് സീതാറാം കേസരി പ്രഖ്യാപിച്ചു. ഇതിനെത്തുടർന്ന് ഐ കെ ഗുജറാളിന്റെ നേതൃത്വത്തിൽ ഐകൃമുന്നണി സർക്കാർ രൂപീകരിച്ചു. സർക്കാർ ഭരണം തുടരവേ രാജീവ്ഗാന്ധി വധത്തിന് പുറകിലെ ഗൂഢാലോചനയെക്കുറിച്ച് അന്വേഷിച്ച ജസ്റ്റിസ് ജെയിൻ കമീഷൻ റിപ്പോർട്ടിന്റെ ഉള്ളടക്കം പുറത്തുവന്നു. എൽ ടി ടി ഇയുമായുള്ള ബന്ധം ചൂണ്ടിക്കാട്ടി റിപ്പോർട്ടിൽ ഡി എം കെ ക്കെതിരെ വിമർശനങ്ങൾ ഉണ്ടായിരുന്നു. സീതാറാം കേസരിക്ക് വീണുകിട്ടിയ ആയുധമായിരുന്നു ഇത്. മന്ത്രിസഭയിലെ ഡി എം കെ മന്ത്രിമാരെ പുറത്താക്കണമെന്ന് സീതാറാം കേസരി അന്ത്യശാസനം നൽകി. ഇത് അംഗീകരിക്കാൻ തയാറാകാതിരുന്ന ഐ കെ ഗുജ്റാൾ സർക്കാർ രാജിവെച്ചു.

രാജ്യം വീണ്ടും തിരഞ്ഞെടുപ്പിലേക്ക് നീങ്ങിയപ്പോൾ ഏറ്റവും പ്രതീക്ഷവെച്ചുപുലർത്തിയത് ബി ജെ പിയായിരുന്നു. അയോധ്യയിലെ രാമക്ഷേത്രനിർമാണം, കാശ്മീരിന്റെ പ്രത്യേക അവകാശം, പൊതു സിവിൽ കോഡ് തുടങ്ങിയ വിവാദ വിഷയങ്ങൾ ബി ജെ പി മാറ്റിവെച്ചു. സമതാ പാർട്ടി, ശിവസേന, അകാലിദൾ, എ ഐ എ ഡി എം കെ തുടങ്ങിയ പാർട്ടികളെ ഉൾക്കൊള്ളിച്ച് ബി ജെ പി ദേശീയ ജനാധിപത്യ സഖ്യം വിപുലീകരിച്ചു. തികഞ്ഞ മതേതരവാദിയെന്ന പ്രതിച്ഛായ ഉണ്ടാക്കാൻ ശ്രമിച്ചുകൊണ്ട് എ ബി വാജ്പേയിയും ഹിന്ദുത്വവാദിയെന്ന വിശേഷണവുമായി എൽ കെ അദ്വാനിയും പ്രചാരണം നടത്തി. തമിഴ്നാട്ടിൽ കോയമ്പത്തൂരിൽ അദ്വാനി പങ്കെടുത്ത പ്രചാരണ റാലിക്കിടയിൽ ബോംബ് സ്ഫോടനമുണ്ടായി. അമ്പതോളംപേർ കൊല്ലപ്പെട്ടു. ഇതോടെ ഭീകരവാദവും മുഖ്യ പ്രചാരണ വിഷയമായി. തമിഴ്നാട്ടിൽ എ ഐ എ ഡി എം കെ–ബി ജെ പി സഖ്യം വൻവിജയം നേടി. ആകെയുള്ള 39 സീറ്റുകളിൽ 18 എണ്ണം എ ഐ എ ഡി എം കെയും 3 സീറ്റുകൾ ബി ജെ പി യും നേടി. അപ്രതീക്ഷിതമായി ലഭിച്ച ഇത്രയും സീറ്റുകൾ കേന്ദ്രത്തിൽ അധികാരത്തിൽ വരാൻ എൻ ഡി എയെ സഹായിച്ചു. യു പി, ബി ജെ പി തൂത്തുവാരി. യു പിയിലെ എൺപത്തിനാല് സീറ്റുകളിലെ അമ്പത്തിയേഴും ബി ജെ പിക്ക് കിട്ടി. ബീഹാർ (20), കർണാടക (13), ഗുജറാത്ത് (19) എന്നിവിടങ്ങളിൽ ബി ജെ പി നല്ല പ്രകടനം കാഴ്ചവെച്ചു. മഹാരാഷ്ട്രയിൽ ബി ജെ പി–ശിവസേനാ സഖ്യത്തിന് തിരിച്ചടി നേരിട്ടു. മുംബൈ നോർത്ത് ഈസ്റ്റ് മണ്ഡലത്തിൽ പ്രമോദ് മഹാജൻ പരാജയപ്പെട്ടു. കോൺഗ്രസിലെ ഗുരുദാസ് കമ്മത്താണ് മഹാജനെ 47,452 വോട്ടുകൾക്ക് തോൽപ്പിച്ചത്. മഹാരാഷ്ട്രയിൽ ദളിതർ കൂട്ടക്കൊല ചെയ്യപ്പെട്ടപ്പോൾ മഹാജൻ തിരിഞ്ഞുനോക്കിയില്ലെന്ന ആരോപണം മഹാജന് തിരിച്ചടിയായി. പിന്നീടൊരിക്കലും തിരഞ്ഞെടുപ്പിൽ മത്സരിക്കാൻ ഈ രാഷ്ട്രീയ ചാണക്യൻ ധൈര്യം കാണിച്ചിട്ടില്ല. കോൺഗ്രസിന് യു പി യിൽനിന്ന് ഒരൊറ്റ സീറ്റുപോലും കിട്ടിയില്ല. അമേഠിയിൽ

കോൺഗ്രസ് സ്ഥാനാർഥി സഞ്ജയ് സിങ്ങും റായ്ബറേലിയിൽ കോൺഗ്രസ് സ്ഥാനാർഥി ദീപാകൗറും ദയനീയമായി പരാജയപ്പെട്ടു. പശ്ചിമബംഗാളിൽ മമതാ ബാനർജി ഉൾപ്പെടെ തൃണമൂൽ കോൺഗ്രസിന്റെ 7 സ്ഥാനാർഥികൾ ജയിച്ചു. കോൺഗ്രസിൽനിന്ന് ജയിച്ച് കയറിയത് ഗനി ഖാൻ ചൗധരി മാത്രം. കോൺഗ്രസ്, ബി ജെ പി ഇതരപാർട്ടികൾ മെച്ചപ്പെട്ട പ്രകടനം കാഴ്ചവെച്ചു. ഇടതുപക്ഷം പശ്ചിമബംഗാളും ത്രിപുരയും തൂത്തുവാരി. യു പി യിൽ സമാജ്‌വാദി പാർട്ടി 20 ഉം ബി എസ് പി 4 ഉം സീറ്റുകളിൽ വിജയിച്ചു. സാംപ്പാലിൽനിന്ന് മുലായം സിങ് യാദവും അക്ബർപ്പൂരിൽനിന്ന് മായാവതിയും തിരഞ്ഞെടുക്കപ്പെട്ടു. അയോധ്യ പ്രശ്നം മുഖ്യവിഷയമായിട്ടും ഫൈസാബാദിൽ വി എച്ച് പി നേതാവ് വിനയ്കത്യാർ പരാജയപ്പെട്ടു. സി പി ഐ വിട്ട് സമാജ്‌വാദി പാർട്ടിയിലെത്തിയ മിത്രാസെൻ യാദവ് ആണ് വിനയ്കത്യാരെ അട്ടിമറിച്ചത്. ബീഹാറിൽ ലാലു പ്രസാദ് യാദവിന്റെ ആർ ജെ ഡിയും നിതീഷ് കുമാറിന്റെ നേതൃത്വത്തിലുള്ള സമതാ പാർട്ടിയും നല്ല പ്രകടനം കാഴ്ച വെച്ചു. നിതീഷ് കുമാർ (ബാർ) ജോർജ് ഫെർണാണ്ടസ് (നളന്ദ), ലാലുപ്രസാദ് യാദവ് (മധേപ്പുര) തുടങ്ങിയവരെല്ലാം വിജയിച്ചു. എ ബി വാജ്പേയി ലഖ്നൗവിൽനിന്നും എൽ കെ അദ്വാനി ഗാന്ധിനഗറിൽനിന്നും തിരഞ്ഞെടുക്കപ്പെട്ടു. രണ്ട് വർഷങ്ങൾക്കിടയിൽ വീണ്ടുമൊരു തിരഞ്ഞെടുപ്പ് അടിച്ചേൽപ്പിച്ചതിൽ ജനങ്ങൾക്കിടയിൽ രോഷമുണ്ടായിരുന്നു. എങ്കിലും വോട്ടിങ് ശതമാനം ഉയർന്നു. 60,58,80,192 വോട്ടർമാരിലെ 61.97 ശതമാനം പേർ വോട്ട് രേഖപ്പെടുത്തി. ഉയർന്ന പോളിങ് ലക്ഷദ്വീപിൽ; 85 ശതമാനം. കുറഞ്ഞ പോളിങ് ജമ്മുകാശ്മീരിൽ; 44.21 ശതമാനം.

ബി ജെ പിക്ക് 182 സീറ്റും 25.59 ശതമാനം വോട്ടും ലഭിച്ചു. കോൺഗ്രസിന് 141 സീറ്റും 25.82 ശതമാനം വോട്ടുമാണ് ലഭിച്ചത്. സി പി ഐ(എം) 32 ഉം സി പി ഐ 9 ഉം സമതാപാർട്ടി 12 ഉം ബി എസ് പി 5 ഉം സീറ്റുകൾ നേടി. അനുകൂല സാഹചര്യങ്ങൾ ഏറെ ഉണ്ടായിരുന്നിട്ടും തനിച്ച് അധികാരത്തിൽ വരാനാകില്ലെന്ന യാഥാർഥ്യം ബി ജെ പി തിരിച്ചറിഞ്ഞു. തിരഞ്ഞെടുപ്പ് ഫലം കോൺഗ്രസിനെ ആശങ്കയിലാഴ്ത്തി. ശക്തമായ നേതൃത്വവും ദീർഘവീക്ഷണവുമില്ലെങ്കിൽ പാർട്ടി തകർന്നു പോകുമെന്ന് കോൺഗ്രസ് നേതാക്കൾ തിരിച്ചറിഞ്ഞു. കോൺഗ്രസ്, ബി ജെ പി ഇതര പാർട്ടികളാകട്ടെ, നിർണായക ശക്തികളും വിലപേശൽ ശക്തികളുമായി മാറി.

1998 എ ബി വാജ്പേയി മന്ത്രിസഭ

പ്രധാനമന്ത്രി: എ ബി വാജ്പേയി.

എ ബി വാജ്പേയി (വിദേശകാര്യം, ആണവോർജം), എൽ കെ അദ്വാനി (ആഭ്യന്തരം), യശ്വന്ത് സിൻഹ (ധനകാര്യം), ജോർജ് ഫെർണാണ്ടസ് (പ്രതിരോധം), സുഷമ സ്വരാജ് (വാർത്താ പ്രക്ഷേപണം), ആനന്ദ് കുമാർ (വ്യോമയാനം), സിക്കന്ദർ ഭക്ത് (വ്യവസായം), സുർജിത് സിങ് ബർണാല (വളം), സത്യനാരായണ ജത്തിയ (തൊഴിൽ), രാംജേഠ് മലാനി (നിയമം), മുരളീമനോഹർ ജോഷി (മാനവവിഭവശേഷി, വികസനം), പി കെ രാമ്മൂർത്തി (പെട്രോളിയം), മദൻലാൽ ഖുരാന (പാർലമെന്ററികാര്യം, ടൂറിസം), പി ആർ കുമാരമംഗലം (ഊർജം), തമ്പി ദുരൈ (ഉപരിതല ഗതാഗതം), നിതീഷ് കുമാർ

(കൃഷി), നവീൻ പട്നായിക് (ഖനി), സുരേഷ് പ്രഭു (വനം, പരിസ്ഥിതി), കാശിറാം റാണ (ടെക്സ്റ്റൈൽസ്), ആർ നിതീഷ് കുമാർ (റെയിൽവേ).

ലോകസഭ 1998

പാർട്ടി	സീറ്റുകൾ	ശതമാനം
ബി ജെ പി	182	25.59%
കോൺഗ്രസ് (ഐ)	141	25.82%
സി പി ഐ(എം)	32	5.16%
സമതാപാർട്ടി	12	1.76%
സി പി ഐ	9	1.75%
ബി എസ് പി	5	4.67%
ജനതാദൾ	6	3.24%

തിരഞ്ഞെടുപ്പ് ഫലം (കേരളം)

മണ്ഡലം	വിജയി	പാർട്ടി
കാസർഗോഡ്	ടി ഗോവിന്ദൻ	സി പി ഐ(എം)
കണ്ണൂർ	മുല്ലപ്പള്ളി രാമചന്ദ്രൻ	കോൺഗ്രസ്(ഐ)
വടകര	എ കെ പ്രേമജം	സി പി ഐ(എം)
കോഴിക്കോട്	ഇ ശങ്കരൻ	കോൺഗ്രസ്(ഐ)
മഞ്ചേരി	ഇ അഹമ്മദ്	മുസ്ലിംലീഗ്
പൊന്നാനി	ജി എം ബനാത്ത്‌വാല	മുസ്ലിംലീഗ്
പാലക്കാട്	എൻ എൻ കൃഷ്ണദാസ്	സി പി ഐ (എം)
ഒറ്റപ്പാലം (സംവരണം)	എസ് അജയകുമാർ	സി പി ഐ(എം)
തൃശ്ശൂർ	വി വി രാഘവൻ	സി പി ഐ
മുകുന്ദപുരം	എ സി ജോസ്	കോൺഗ്രസ്(ഐ)
എറണാകുളം	ജോർജ് ഈഡൻ	കോൺഗ്രസ്(ഐ)
കോട്ടയം	സുരേഷ് കുറുപ്പ്	സി പി ഐ(എം)
ഇടുക്കി	പി സി ചാക്കോ	കോൺഗ്രസ്(ഐ)
ആലപ്പുഴ	വി എം സുധീരൻ	കോൺഗ്രസ് (ഐ)
മാവേലിക്കര	പി ജെ കുര്യൻ	കോൺഗ്രസ്(ഐ)
അടൂർ (സംവരണം)	ചെങ്ങറ സുരേന്ദ്രൻ	സി പി ഐ
കൊല്ലം	എൻ കെ പ്രേമചന്ദ്രൻ	ആർ എസ് പി
ചിറയിൻകീഴ്	വർക്കല രാധാകൃഷ്ണൻ	സി പി ഐ (എം)
തിരുവനന്തപുരം	കെ കരുണാകരൻ	കോൺഗ്രസ്(ഐ)

13

1999

എൻ ഡി എയ്ക്ക് ഭൂരിപക്ഷം

ഒന്നാം എ ബി വാജ്പേയി സർക്കാരിന്റെ ആയുസ്സ് പതിമൂന്ന് ദിവസമായിരുന്നെങ്കിൽ രണ്ടാം സർക്കാരിന്റെ ഭാവി പതിമൂന്ന് മാസമായിരുന്നു. ഇനി പതിമൂന്ന് വർഷക്കാലം തുടർച്ചയായി ഭരിക്കുമെന്ന പ്രഖ്യാപനത്തോടെയാണ് 1999 ലെ ലോകസഭാ തിരഞ്ഞെടുപ്പ് പ്രചാരണരംഗത്ത് ബി ജെ പിയും എൻ ഡി എയും സജീവമായത്.

പതിമൂന്ന് മാസക്കാലത്തെ ഭരണം സംഭവബഹുലമായിരുന്നു. പ്രധാനമന്ത്രിയുടെ പ്രധാന ജോലികളിലൊന്ന് സൂപ്പർ പ്രധാനമന്ത്രി ചമഞ്ഞിരുന്ന എ ഐ എ ഡി എം കെ നേതാവ് ജയലളിതയെ അനുനയിപ്പിക്കുക എന്നതായിരുന്നു. മാസത്തിൽ മൂന്നും നാലും തവണയെന്നോണം ബി ജെ പി നേതാക്കൾ ചെന്നൈയിലേക്ക് പറന്നു. പതിമൂന്ന് മാസം പിന്നിട്ടപ്പോൾ അസ്വസ്ഥയായ ജയലളിത, സർക്കാരിനുള്ള പിന്തുണ പിൻവലിച്ചു. അതോടെ വാജ്പേയി സർക്കാർ ന്യൂനപക്ഷമായി. സഭയിൽ ഭൂരിപക്ഷം തെളിയിക്കാൻ സർക്കാരിനായില്ല. ഒരു വോട്ടിന്റെ കുറവിനാണ് സർക്കാർ നിലംപൊത്തിയത്. ഫാറൂഖ് അബ്ദുള്ളയുടെ നാഷണൽ കോൺഫറൻസ് സർക്കാരിന് അനുകൂലമായി വോട്ട് ചെയ്യാൻ വിപ്പ് നൽകി. വിപ്പ് ലംഘിച്ച് നാഷണൽ കോൺഫറൻസ് എം പി സെയ്ഫുദ്ദീൻ സോസ് സർക്കാരിനെതിരെ വോട്ട് ചെയ്തു. സോസ് പിന്നീട് കോൺഗ്രസിൽ ചേർന്നു, മൻമോഹൻസിങ് സർക്കാരിൽ ക്യാബിനറ്റ് മന്ത്രിയായി.

തീവ്രദേശീയത ഉയർത്തിവിടാനുള്ള ശ്രമമാണ് സർക്കാർ തുടക്കം മുതൽ നടത്തിയത്. വിവാദമായ രാമക്ഷേത്ര വിഷയത്തിൽ തൊടാൻ

സർക്കാർ തയാറായില്ല. പൊഖ്റാനിൽ രണ്ടാം അണുപരീക്ഷണം നടത്തി. സംഭവം വലിയ ഭരണനേട്ടമായി ഉയർത്തിക്കാട്ടി. അന്താരാഷ്ട്ര തലത്തിൽ അണുപരീക്ഷണം ചർച്ചാവിഷയമായി. ഇതോടൊപ്പംതന്നെ പാകിസ്ഥാനുമായുള്ള നയതന്ത്ര ബന്ധത്തിൽ പുതിയ ചുവടുവയ്പ്പുകൾ നടത്താനുള്ള ശ്രമങ്ങളും സർക്കാരിന്റെ ഭാഗത്തുനിന്ന് ഉണ്ടായി. ദില്ലി-ലാഹോർ ബസ് സർവീസ് പുനരാരംഭിച്ച പ്രധാനമന്ത്രി എ ബി വാജ്പേയി ബസിൽ പാകിസ്ഥാനിലേക്ക് യാത്ര ചെയ്തു.

സർക്കാർ കാവൽസർക്കാരായി തുടരുന്നതിനിടയിലാണ് കാർഗിലിൽ പാക് സൈന്യം നുഴഞ്ഞുകയറിയത്. അതോടെ ഇന്ത്യാ-പാക് യുദ്ധപ്രതീതി രാജ്യത്തുണ്ടായി. ഓപ്പറേഷൻ വിജയിലൂടെ ഒരു വൻ യുദ്ധത്തിൽ വിജയിച്ചെന്ന പ്രതീതി ഉണ്ടാക്കാനായി. രാജ്യത്ത് യുദ്ധ ഹിസ്റ്റീരിയ പടർന്നു. എൻ ഡി എയെ വീണ്ടും അധികാരത്തിലേറ്റുന്നതിൽ ഈ യുദ്ധ ഹിസ്റ്റീരിയ നിർണായക പങ്കാണ് വഹിച്ചത്.

കോൺഗ്രസിൽ നിർണായക മാറ്റങ്ങൾ ഉണ്ടായി. തകർച്ചയ്ക്ക് കാരണക്കാരനായി അധ്യക്ഷൻ സീതാറാം കേസരി മുദ്രകുത്തപ്പെട്ടു. അധ്യക്ഷ പദവി ഏറ്റെടുക്കണമെന്ന നേതാക്കളുടെ അഭ്യർഥന സോണിയാഗാന്ധി അംഗീകരിച്ചു. സീതാറാം കേസരിയെ എ ഐ സി സി ആസ്ഥാനത്തുനിന്ന് അവഹേളിച്ചുകൊണ്ട് ഇറക്കിവിട്ടു. കോൺഗ്രസ് പ്രവർത്തകർ അദ്ദേഹത്തിന്റെ വാഹനം തകർത്തു. തിവാരി കോൺഗ്രസിലേക്ക് പോയവർ മടങ്ങിവന്നു. ഇതിനിടെയാണ് വിദേശ പൗരത്വമുള്ള സോണിയാഗാന്ധിയെ അംഗീകരിക്കില്ലെന്ന നിലപാടുമായി ശരദ്പവാർ, പി എ സാംഗ്മാ, താരിഖ് അൻവർ തുടങ്ങിയ പ്രമുഖ നേതാക്കൾ രംഗത്തുവന്നത്. നേതാക്കൾ കോൺഗ്രസ് വിട്ട് എൻ സി പി എന്ന പുതിയ പാർട്ടി രൂപീകരിച്ചു. കോൺഗ്രസിന്റെ ശക്തികേന്ദ്രമായ മഹാരാഷ്ട്രയിൽ പാർട്ടി നെടുകെ പിളർന്നു. മഹാരാഷ്ട്രയിൽനിന്ന് കോൺഗ്രസിന് 10 സീറ്റുകൾ മാത്രമാണ് ലഭിച്ചത്. ഇവിടെനിന്ന് ശിവസേന-ബി ജെ പി സഖ്യത്തിന് അപ്രതീക്ഷിതമായി 28 സീറ്റുകൾ ലഭിച്ചു. ഈ സീറ്റുകൾ ദേശീയതലത്തിൽ ഏറെ നിർണായകമായി.

മൂന്നു വർഷങ്ങൾക്കിടയിൽ മൂന്നു തിരഞ്ഞെടുപ്പുകൾ കണ്ട ജനങ്ങൾക്കിടയിൽ തെല്ലും ആവേശം ഉണ്ടായിരുന്നില്ല. പോളിങ് ശതമാനം കുറഞ്ഞു. 61,95,36,847 വോട്ടർമാരിലെ 59.99 ശതമാനം വോട്ടർമാർ മാത്രമാണ് വോട്ട് രേഖപ്പെടുത്തിയത്. ഉയർന്ന പോളിങ് സിക്കിമിൽ; 81.71 ശതമാനം. കുറഞ്ഞ പോളിങ് ജമ്മുകാശ്മീരിൽ; 32.34 ശതമാനം.

തമിഴ്നാട്ടിൽ ഡി എം കെ, ആന്ധ്രയിൽ തെലുങ്കുദേശം, ഒഡീഷയിൽ ബിജു ജനതാദൾ, ബീഹാറിൽ ഐക്യ ജനതാദൾ, പശ്ചിമബംഗാ

ളിൽ തൃണമൂൽ കോൺഗ്രസ്, പഞ്ചാബിൽ ശിരോമണി അകാലിദൾ എന്നിങ്ങനെ ഒട്ടുമിക്ക സംസ്ഥാനങ്ങളിലും ബി ജെ പി വിശാലസഖ്യങ്ങൾ ഉണ്ടാക്കി. കോൺഗ്രസിന്റെ സഖ്യങ്ങൾ ദുർബലമായിരുന്നു. സോണിയ നയിക്കുന്ന കോൺഗ്രസിൽ മടങ്ങിയെത്താൻ മമതാ ബാനർജി തയാറായില്ല. ഇതെല്ലാം തിരഞ്ഞെടുപ്പ് ഫലങ്ങളിൽ പ്രതിഫലിച്ചു. ബി ജെ പി 182 സീറ്റുകൾ നേടി. ബീഹാർ, ഗുജറാത്ത്, രാജസ്ഥാൻ, മധ്യപ്രദേശ്, മഹാരാഷ്ട്ര, തമിഴ്നാട്, ആന്ധ്രാപ്രദേശ് എന്നീ സംസ്ഥാനങ്ങളിൽ ബി ജെ പി മികച്ച പ്രകടനം കാഴ്ചവച്ചു. യു പിയിൽ തിരിച്ചടിയുണ്ടായി. ഇവിടെ ബി ജെ പിയുടെ അംഗബലം 29 ആയി കുറഞ്ഞു. സമതാ പാർട്ടിയും ജനതാദൾ വിട്ടുവന്ന രാംവിലാസ് പാസ്വാൻ, ശരദ് യാദവ് തുടങ്ങിയ നേതാക്കളുമെല്ലാം ചേർന്ന് രൂപീകരിച്ച ഐക്യ ജനതാദൾ 21 സീറ്റുകൾ നേടി. ബീഹാറിലെ മധേപ്പുരയിൽ ലാലു പ്രസാദ് യാദവിനെ ഐക്യ ജനതാദൾ നേതാവ് ശരദ് യാദവ് അട്ടിമറിച്ചു. എ ബി വാജ്പേയി (ലഖ്നൗ), എൽ കെ അദ്വാനി (ഗാന്ധിനഗർ), ജോർജ് ഫെർണാണ്ടസ് (നളന്ദ), നിതീഷ്കുമാർ (ബാർ), രാംവിലാസ് പാസ്വാൻ (ഹാജിപ്പൂർ) എന്നിങ്ങനെ പ്രമുഖരായ എൻ ഡി എ നേതാക്കളെല്ലാം വിജയിച്ചു. തലസ്ഥാന നഗരിയായ ദില്ലിയിലെ ഏഴ് സീറ്റുകളിലും ബി ജെ പി വിജയിച്ചു. സൗത്ത് ദില്ലിയിൽ വിജയ്കുമാർ മൽഹോത്ര മൻമോഹൻ സിങ്ങിനെ തോൽപ്പിച്ചു. ഈ തോൽവിക്കു ശേഷം മൻമോഹൻ സിങ് തിരഞ്ഞെടുപ്പിൽ മത്സരിക്കാൻ ധൈര്യം കാണിച്ചിട്ടില്ല.

കോൺഗ്രസിന്റെ പ്രചാരണ പ്രവർത്തനങ്ങൾക്ക് നേതൃത്വം നൽകിയ സോണിയാഗാന്ധി രണ്ട് മണ്ഡലങ്ങളിൽ മത്സരിച്ചു. കർണാടകയിലെ ബെല്ലാരിയിൽനിന്നും യു പി യിലെ അമേഠിയിൽനിന്നും ജനവിധി തേടി. ബെല്ലാരിയിൽ ബി ജെ പി യിലെ സുഷമ സ്വരാജിനെ 56,100 വോട്ടുകൾക്കും അമേഠിയിൽ ബി ജെ പിയിലെ സഞ്ജയ് സിങ്ങിനെ 3,00,012 വോട്ടുകൾക്കുമാണ് തോൽപ്പിച്ചത്. സോണിയാഗാന്ധിയുടെ സാന്നിധ്യം യു പി യിൽ കോൺഗ്രസ് ഉന്മേഷം പകർന്നു. 1998 ൽ ഒരൊറ്റ സീറ്റിൽപ്പോലും ജയിക്കാതിരുന്ന കോൺഗ്രസിന് ഇത്തവണ 10 സീറ്റുകൾ ലഭിച്ചു. എന്നാൽ, മറ്റ് സംസ്ഥാനങ്ങളിലെ നില പരിതാപകരമായിരുന്നു. കർണാടകത്തിൽ മാത്രമാണ് മികച്ച വിജയം നേടാനായത്.

യു പി യിലെ തിരഞ്ഞെടുപ്പ് ഫലമാണ് ഏറ്റവും ശ്രദ്ധേയമായത്. ഇവിടെ സമാജ്വാദി പാർട്ടി 26 ഉം ബി എസ് പി 14 ഉം സീറ്റുകൾ നേടി. ബി ജെ പിയുടെ മന്ദിർ രാഷ്ട്രീയത്തിനോ കാർഗിൽ യുദ്ധ ഹിസ്റ്റീരിയയ്ക്കോ കാര്യമായ പ്രതികരണം ഉണ്ടാക്കാനായില്ല. ചന്ദ്രബാബു നായിഡുവിന്റെ നേതൃത്വത്തിൽ തെലുങ്കുദേശം 29 സീറ്റുകൾ നേടി കേന്ദ്ര

ത്തിൽ നിർണായക ശക്തിയായി.

മതപരമായ അജണ്ടകൾ പലതും മാറ്റിവെച്ചാണെങ്കിലും സഖ്യ കക്ഷികളെ അനുനയിപ്പിച്ച് ബി ജെ പിക്ക് ഭരണം നടത്താമെന്ന സാഹ ചര്യം രാജ്യത്ത് ഉണ്ടായി. നെഹ്റു യുഗത്തിനും ഇന്ദിരായുഗത്തിനും രാജീവ്യുഗത്തിനും ശേഷം കോൺഗ്രസിൽ സോണിയായുഗം ആരംഭിച്ചു.

1999 എ ബി വാജ്പേയി മന്ത്രിസഭ

ക്യാബിനറ്റ് മന്ത്രിമാർ

പ്രധാനമന്ത്രി: എ ബി വാജ്പേയി

എൽ കെ അദ്വാനി (ഉപപ്രധാനമന്ത്രി, ആഭ്യന്തരം), ജസ്വന്ത് സിങ് (വിദേശകാര്യം), യശ്വന്ത് സിൻഹ (ധനകാര്യം), ജോർജ് ഫെർണാണ്ടസ് (പ്രതിരോധം), മമതാ ബാനർജി (റെയിൽവേ), മുരളീമനോഹർ ജോഷി (മാനവവിഭവശേഷി വികസനം), സത്യനാരായണ ജത്തിയ (തൊഴിൽ), സുഷമ സ്വരാജ് (ആരോഗ്യം), രാംനായിക് (പെട്രോളിയം), ഷാനവാസ് ഹുസൈൻ (ടെക്സ്റ്റൈൽസ്), സുന്ദർലാൽ പട്വ (ഗ്രാമവികസനം), സുരേഷ് പ്രഭു (വളം, കെമിക്കൽസ്), നവീൻ പട്നായിക് (ഖനി), ശാന്തകുമാർ (ഭക്ഷ്യം, പൊതുവിതരണം), മുരശൊലി മാരൻ (വാണിജ്യം, വ്യവസായം), ടി ആർ ബാലു (വനം, പരിസ്ഥിതി), രാംവിലാസ് പാസ്വാൻ (വാർത്താപ്രക്ഷേപണം), ശരദ് യാദവ് (സിവിൽ, വ്യോമയാനം), രാംജേഠ് മലാനി (നിയമം), പ്രമോദ് മഹാജൻ (പാർലമെന്ററികാര്യം), ജുവൽ ഓറാം (പട്ടികവർഗ വികസനം), മനോഹർ ജോഷി (ഘനവ്യവസായം), പി ആർ കുമാരമംഗലം (ഊർജം).

സ്വതന്ത്ര ചുമതലയുള്ള 6 സഹമന്ത്രിമാരും 22 സഹമന്ത്രിമാരും സർക്കാരിൽ ഉണ്ടായിരുന്നു.

ലോകസഭ 1999

പാർട്ടി	സീറ്റുകൾ	ശതമാനം
ബി ജെ പി	182	23.75%
കോൺഗ്രസ് (ഐ)	114	28.30%
ജെ ഡി യു	21	3.10%
സി പി ഐ(എം)	33	5.40%
സി പി ഐ	4	1.48%
ബി എസ് പി	14	4.16%

തിരഞ്ഞെടുപ്പ് ഫലം (കേരളം)

മണ്ഡലം	വിജയി	പാർട്ടി
കാസർഗോഡ്	ടി ഗോവിന്ദൻ	സി പി ഐ(എം)
കണ്ണൂർ	മുല്ലപ്പള്ളി രാമചന്ദ്രൻ	കോൺഗ്രസ്(ഐ)
വടകര	എ കെ പ്രേമജം	സി പി ഐ(എം)
കോഴിക്കോട്	കെ മുരളീധരൻ	കോൺഗ്രസ്(ഐ)
മഞ്ചേരി	ഇ അഹമ്മദ്	മുസ്ലിംലീഗ്
പൊന്നാനി	ജി എം ബനാത്ത്വാല	മുസ്ലിംലീഗ്
പാലക്കാട്	എൻ എൻ കൃഷ്ണദാസ്	സി പി ഐ (എം)
ഒറ്റപ്പാലം (സംവരണം)	എസ് അജയകുമാർ	സി പി ഐ(എം)
തൃശ്ശൂർ	എ സി ജോസ്	കോൺഗ്രസ്(ഐ)
മുകുന്ദപുരം	കെ കരുണാകരൻ	കോൺഗ്രസ്(ഐ)
എറണാകുളം	ജോർജ് ഈഡൻ	കോൺഗ്രസ്(ഐ)
മൂവാറ്റുപുഴ	പി സി തോമസ്	കേരള കോൺ.(എം)
കോട്ടയം	സുരേഷ് കുറുപ്പ്	സി പി ഐ(എം)
ഇടുക്കി	ഫ്രാൻസിസ് ജോർജ്	കേരള കോൺ.(ജെ)
ആലപ്പുഴ	വി എം സുധീരൻ	കോൺഗ്രസ് (ഐ)
മാവേലിക്കര	രമേശ് ചെന്നിത്തല	കോൺഗ്രസ്(ഐ)
അടൂർ (സംവരണം)	കൊടിക്കുന്നിൽ സുരേഷ്	കോൺഗ്രസ് (ഐ)
കൊല്ലം	പി രാജേന്ദ്രൻ	സി പി ഐ (എം)
ചിറയിൻകീഴ്	വർക്കല രാധാകൃഷ്ണൻ	സി പി ഐ (എം)
തിരുവനന്തപുരം	വി എസ് ശിവകുമാർ	കോൺഗ്രസ്(ഐ)

14

2004

ഇന്ത്യയുടെ 'വ്യാജ' തിളക്കം

ഇന്ത്യ തിളങ്ങുന്നു (India Shining), സുഖാനുഭൂതി (Feel good) തുടങ്ങിയ മുദ്രാവാക്യങ്ങൾ മുഴങ്ങിക്കേട്ട തിരഞ്ഞെടുപ്പായിരുന്നു രണ്ടായിരത്തി നാലിലേത്. എല്ലാ അഭിപ്രായ സർവെകളും എക്സിറ്റ്പോളുകളും എൻ ഡി എ വീണ്ടും അധികാരത്തിൽ വരുമെന്ന് പ്രവചിച്ചു. ഇന്ത്യൻ വോട്ടർമാരുടെ ചിന്തയോ അടിസ്ഥാനപ്രശ്നങ്ങളോ തിരിച്ചറിയാൻ നേതാക്കൾക്കോ തിരഞ്ഞെടുപ്പ് വിശകലന വിദഗ്ധർക്കോ സാധിച്ചില്ല. കൃത്രിമമായി സൃഷ്ടിച്ച വളർച്ചാ സിദ്ധാന്തങ്ങൾക്ക് യഥാർഥ പ്രശ്നങ്ങളെ മറച്ചുവെക്കാനാകില്ലെന്ന് 2004 ലെ തിരഞ്ഞെടുപ്പ് ഫലം തെളിയിച്ചു.

തിരഞ്ഞെടുപ്പ് കാലത്ത് ദില്ലിയിലൂടെ റിപ്പോർട്ടിങ്ങിനായി സഞ്ചരിക്കുകയായിരുന്ന ഈ ലേഖകൻ ഒരു കാഴ്ച കണ്ടു. ഒരാൾ സൈക്കിളിൽ യാത്ര ചെയ്യുകയാണ്. അയാൾ ഒരു കൈകൊണ്ട് സൈക്കിളിന്റെ ഹാന്റിൽ പിടിച്ചിരിക്കുന്നു. മറുകൈകൊണ്ട് മൊബൈൽ ഫോണിൽ ഉറക്കെ സംസാരിക്കുകയാണ്. ദരിദ്രരാണ് സാധാരണ സൈക്കിളിൽ സഞ്ചരിക്കാറുള്ളത്. ദരിദ്രനായ ഒരാൾക്കുപോലും ഇന്ത്യയിൽ മൊബൈൽ ഫോൺ സാങ്കേതികവിദ്യ പ്രാപ്യമായിരിക്കുന്നു എന്ന പ്രതീതിയാണ് അപ്പോൾ ഉണ്ടായത്. ക്യാമറാമാൻ ആ ദൃശ്യം പകർത്തി. ഇതു കണ്ട ഉടനെ സൈക്കിൾ യാത്രക്കാരൻ ഞങ്ങൾക്കരികിലേക്ക് വന്നു. അയാൾ ഞങ്ങളോട് ആദ്യം ചോദിച്ച ചോദ്യം ഇതായിരുന്നു.

“എവിടെയെങ്കിലും എന്തെങ്കിലും തൊഴിൽ ലഭിക്കുമോ?”

കൈയിൽ മൊബൈലുണ്ട്. എന്നാൽ, ജീവിക്കാൻ തൊഴിലില്ല. ഇത്തരം യാഥാർഥ്യങ്ങളാണ് 2004 ലെ തിരഞ്ഞെടുപ്പിൽ എൻ ഡി എ യെ തോൽപ്പിച്ചത്.

സഖ്യകക്ഷികളുടെ സമ്മർദംമൂലം ഹിന്ദുത്വ അജണ്ട തുടക്കത്തിൽ പുറത്തെടുക്കാൻ ബി ജെ പിക്കായില്ല. സംഘപരിവാർ ഇടയ്ക്കിടെ രാമക്ഷേത്രം എന്ന ഓലപ്പാമ്പ് കാട്ടി പേടിപ്പിക്കാൻ ശ്രമിച്ചുകൊണ്ടിരുന്നു. സ്വദേശി എന്ന മുദ്രാവാക്യം തുടക്കത്തിലേ ബി ജെ പി ഉപേക്ഷിച്ചു. കോൺഗ്രസിനേക്കാൾ വാശിയോടെ ഉദാരവൽക്കരണ നയങ്ങൾ നടപ്പിലാക്കി. പൊതുമേഖലാ സ്ഥാപനങ്ങളുടെ ഓഹരികൾ വിറ്റഴിച്ചു. ബാൽക്കോയും മുംബൈയിലെ സെന്റൂർ ഹോട്ടലും തുച്ഛമായ തുകയ്ക്കാണ് വ്യവസായ ഭീമന്മാർക്ക് കൈമാറിയത്. പൊതുമേഖലാ സ്ഥാപനങ്ങളുടെ ഓഹരികൾ വിറ്റഴിക്കുന്നതിനായി ഒരു മന്ത്രാലയം ഉണ്ടാക്കി.

രാഷ്ട്രത്തിന്റെ സമ്പത്ത് വിറ്റഴിക്കുന്ന ഈ നാണംകെട്ട ദൗത്യം ഏറ്റെടുത്തത് ഓഹരി വിറ്റഴിക്കൽ വകുപ്പ് മന്ത്രി അരുൺഷൂരിയായിരുന്നു. മന്ത്രിസഭയുടെ ഓഹരി വിറ്റഴിക്കൽ സമിതിയുടെ യോഗത്തിനു ശേഷം സന്തോഷത്തോടെയാണ് അരുൺഷൂരി വാർത്താസമ്മേളനങ്ങൾ നടത്താറുള്ളത്.

'ഇന്നൊരു സന്തോഷവാർത്തയുണ്ട്. നാൽക്കോയുടെ ഓഹരികൾ വിറ്റഴിക്കാൻ യോഗം തീരുമാനിച്ചു.'

രാജ്യത്തിന്റെ അഭിമാനമായ പൊതുമേഖലാ സ്ഥാപനങ്ങളുടെ ഓഹരികൾ വിറ്റഴിക്കുന്നതുപോലും അരുൺഷൂരിക്ക് സന്തോഷകരമായ ദൗത്യമായിരുന്നു.

നാഗ്പ്പൂരിൽ ചേർന്ന ബി ജെ പി ദേശീയ നിർവാഹക സമിതിയോഗം ബങ്കാരു ലക്ഷ്മണനെ അധ്യക്ഷനായി തിരഞ്ഞെടുത്തു. ബങ്കാരു ലക്ഷ്മണൻ ബി ജെ പിയുടെ പുതിയ മുഖമായിരുന്നു. തെക്കേ ഇന്ത്യക്കാരനായ ആദ്യത്തെ ബി ജെ പി അധ്യക്ഷൻ, ദളിതനായ ആദ്യത്തെ ബി ജെ പി അധ്യക്ഷൻ എന്നിങ്ങനെ ബങ്കാരുവിന് സവിശേഷതകൾ ഏറെ ഉണ്ടായിരുന്നു. ഹിന്ദുവും മുസ്ലീങ്ങളും ഏക സഹോദരങ്ങളാണ് എന്ന് രാജ്യം മുഴുവൻ ബങ്കാരു പ്രസംഗിച്ച് നടന്നു. ദക്ഷിണേന്ത്യക്കാർ, ദളിതർ, മുസ്ലീങ്ങൾ തുടങ്ങിയവരെ ബി ജെ പിയോടടുപ്പിക്കാൻ അദ്ദേഹം തീവ്രശ്രമം നടത്തി. എന്നാൽ, ഇല്ലാത്ത ആയുധ കമ്പനിക്കുവേണ്ടി ബങ്കാരു ആർത്തിയോടെ കോഴ വാങ്ങുന്ന ദൃശ്യങ്ങൾ തെഹൽക്ക പരസ്യപ്പെടുത്തിയതോടെ ബി ജെ പിയിലെ ഹ്രസ്വമായ ബങ്കാരു യുഗത്തിന് തിരശ്ശീല വീണു. ആരോപണവിധേയനായ ജോർജ് ഫെർണാണ്ടസ് പ്രതിരോധമന്ത്രി സ്ഥാനം രാജിവെച്ചു. എ ബി വാജ്പേയി സർക്കാർ അഴിമതിയുടെ കൂടാരമാണെന്ന പ്രതീതിയുണ്ടായി.

ഭീകരാക്രമണങ്ങൾ വൻതോതിൽ വർധിച്ചു. പാർലമെന്റ് മന്ദിരം ഭീകരർ ആക്രമിച്ചു. ഇന്ത്യ പാകിസ്ഥാനുമായുള്ള നയതന്ത്ര ബന്ധം വിച്ഛേദിച്ചു ഇന്ത്യയും പാകിസ്ഥാനും യുദ്ധത്തിന്റെ വക്കോളം എത്തി. തെഹൽക്കയിൽ കൂപ്പുകുത്തിയ ബി ജെ പി സംഘടനാതലത്തിൽ ചില നിർണായക മാറ്റങ്ങൾ വരുത്തി. വെങ്കയ്യ നായിഡുവിനെ അധ്യക്ഷ

നാക്കി.

ഗുജറാത്തിലെ ഗോധ്രയിൽ സബർമതി എക്സ്പ്രസ് അഗ്നിക്കിരയായതും വി എച്ച് പി പ്രവർത്തകർ വെന്തുമരിച്ചതും ഇന്ത്യൻരാഷ്ട്രീയത്തിലെ നിർണായക വഴിത്തിരിവായി. തൊട്ടടുത്ത ദിവസങ്ങളിൽ ഗുജറാത്തിലെ മുസ്ലീങ്ങൾക്ക് നേരെ ആസൂത്രിത കലാപങ്ങൾ നടന്നു. സർക്കാരും പൊലീസും കലാപകാരികൾക്ക് ഒത്താശ ചെയ്തു കൊടുത്തു. മൂവായിരത്തോളം മുസ്ലീങ്ങളാണ് കൊല്ലപ്പെട്ടത്. എല്ലാ ചലനങ്ങൾക്കും തുല്യവും എതിർദിശയിൽനിന്ന് ഉള്ളതുമായ എതിർചലനം ഉണ്ടാകും എന്ന ന്യൂട്ടൺ സിദ്ധാന്തം ഉരുവിട്ടുകൊണ്ട് മുഖ്യമന്ത്രി നരേന്ദ്രമോഡി കലാപത്തെ ന്യായീകരിച്ചു. പിന്നീട് നടന്ന ഗുജറാത്ത് നിയമസഭാ തിരഞ്ഞെടുപ്പിൽ ബി ജെ പി വൻവിജയം നേടി. തൊട്ടുപിന്നാലെ നടന്ന മധ്യപ്രദേശ്, രാജസ്ഥാൻ, ഛത്തീസ്ഗഢ് നിയമസഭാ തിരഞ്ഞെടുപ്പുകളിലും ബി ജെ പി വിജയിച്ചു. അമിത ആത്മവിശ്വാസംമൂലം ലോകസഭാ തിരഞ്ഞെടുപ്പ് നേരത്തെ നടത്താൻ ബി ജെ പി തീരുമാനിച്ചു. നേതാക്കളുടെ കുത്തൊഴുക്കുതന്നെ ബി ജെ പിയിലേക്ക് ഉണ്ടായി. ലോകസഭാ ഡെപ്യൂട്ടി സ്പീക്കറായിരുന്ന നജ്മാ ഹെപ്ത്തുള്ള, മുസ്ലിം പരിഷ്കരണ വാദിയായി അറിയപ്പെട്ടിരുന്ന ആരിഫ് മുഹമ്മദ് ഖാൻ, സംഗീതജ്ഞൻ ഭൂപൻ ഹസാരിക തുടങ്ങിയവർ ബി ജെ പിയിൽ ചേർന്നു. പ്രമുഖ വ്യവസായി നവീൻജിണ്ടൽ സീറ്റിനായി ആദ്യം ബി ജെ പിയെ സമീപിച്ചു. ബി ജെ പി താൽപ്പര്യം കാണിച്ചില്ല. അതോടെ കോൺഗ്രസ് ക്യാമ്പിലേക്ക് പണമെറിഞ്ഞ് ഹരിയാനയിലെ കുരുക്ഷേത്രയിൽ മത്സരിച്ച് ജയിച്ച് എം പിയായി. 2004 ൽ കോർപ്പറേറ്റുകൾ ഏറ്റവുമധികം പണമൊഴുക്കിയത് ബി ജെ പിക്ക് വേണ്ടിയായിരുന്നു. ദില്ലി ഇമാമിനെവരെ സ്വാധീനിക്കാൻ ബി ജെ പിക്കായി. ഇമാം തിരഞ്ഞെടുപ്പ് പ്രചാരണഘട്ടത്തിൽ എ ബി വാജ്പേയിയെ പ്രകീർത്തിച്ച് പ്രസംഗിച്ചു. ബി ജെ പിയുടെ ന്യൂനപക്ഷസെൽ നടത്തിയ പ്രചാരണയാത്ര ശ്രദ്ധേയമായി. ഒരു വലിയ ബസിലായിരുന്നു യാത്ര. ബസിന്റെ ഭിത്തിയിൽ എ ബി വാജ്പേയിയുടെയും പാക്പ്രസിഡന്റ് പർവേശ് മുഷാറഫിന്റെയും ചിത്രങ്ങൾ പതിച്ചിരുന്നു. വോട്ടർമാരെ ആകർഷിക്കാനായി പാക് പ്രസിഡന്റിന്റെ ചിത്രം ഉപയോഗിച്ചതിന്റെ ക്രെഡിറ്റ് ബി ജെ പിക്ക് മാത്രം അവകാശപ്പെട്ടതാണ്.

തുടക്കത്തിൽ പ്രതിപക്ഷ ക്യാമ്പിൽ ആശങ്കയും ആശയക്കുഴപ്പവും ഉണ്ടായിരുന്നു. എന്നാൽ, എൻ ഡി എ വിരുദ്ധ പാർട്ടികളുടെ വിശാല ഐക്യം ഉണ്ടാക്കുന്നതിൽ പ്രതിപക്ഷം വിജയിച്ചു. തമിഴ്നാട്ടിൽ കോൺഗ്രസ്, ഡി എം കെ, എം ഡി എം കെ, പി എം കെ, സി പി ഐ(എം), സി പി ഐ എന്നീ പാർട്ടികൾ കൈകോർത്തു. ആന്ധ്രയിൽ കോൺഗ്രസ്, ടി ആർ എസ്, സി പി ഐ (എം), സി പി ഐ എന്നീ പാർട്ടികൾ യോജിച്ചു. ബീഹാറിൽ ആർ ജെ ഡി, കോൺഗ്രസ്, എൽ ജെ പി,

സി പി ഐ(എം), സി പി ഐ എന്നീ പാർട്ടികൾ ധാരണയോടെ മത്സരിച്ചു. തമിഴ്നാട്ടിലെ എ ഐ എ ഡി എം കെ-ബി ജെ പി സഖ്യവും ആന്ധ്രയിലെ തെലുങ്കുദേശം-ബി ജെ പി സഖ്യവും എതിർസഖ്യങ്ങളുമായി താരതമ്യം ചെയ്യുമ്പോൾ ദുർബലമായിരുന്നു.

പ്രചാരണ രംഗത്ത് എൻ ഡി എ മുന്നിലായിരുന്നു. 'ഇന്ത്യ തിളങ്ങുന്നു' എന്ന ബി ജെ പി യുടെ മുദ്രാവാക്യം മുഴങ്ങിക്കേട്ടു. 6 ദേശീയ പാർട്ടികൾ ഉൾപ്പെടെ 230 പാർട്ടികൾ തിരഞ്ഞെടുപ്പിൽ മത്സരിച്ചു. 6,71,48,793 വോട്ടർമാരിൽ 58.07 ശതമാനം പേർ വോട്ട് രേഖപ്പെടുത്തി. ഉയർന്ന പോളിങ് നാഗാലാൻഡിൽ 91.77 ശതമാനം. കുറഞ്ഞ പോളിങ് ജമ്മുകാശ്മീരിൽ 35.20 ശതമാനം.

പോളിങ്ങിന്റെ ഓരോഘട്ടം അവസാനിക്കുമ്പോഴും ബി ജെ പിയുടെ സാധ്യതകളും അവകാശവാദങ്ങളും വിവരിക്കുന്നതിനായി വെങ്കയ്യ നായിഡു തന്റെ വസതിയിൽ വാർത്താസമ്മേളനങ്ങൾ നടത്തുമായിരുന്നു. വാർത്താസമ്മേളനത്തിനുശേഷം വിഭവസമൃദ്ധമായ ഉച്ചഭക്ഷണം നൽകുന്ന പതിവ് നായിഡു തുടർന്നു. എന്നാൽ, ഓരോ ഘട്ടം കഴിയുമ്പോഴും വിഭവങ്ങളുടെ എണ്ണം കുറഞ്ഞു. ഇത് ബി ജെ പി നേരിടാൻ പോകുന്ന തിരിച്ചടിയുടെ സൂചനയാണെന്ന് പ്രവചിച്ച ദില്ലിയിലെ മാധ്യമ പ്രവർത്തകർക്ക് പിഴച്ചില്ല. തിരഞ്ഞെടുപ്പിനുശേഷം തിരുപ്പതിയിൽപ്പോയി തലമുണ്ഡനം ചെയ്ത് ദില്ലിയിൽ മടങ്ങിയെത്തിയ നായിഡുവിനെ കാത്തിരുന്നത് കനത്ത തിരിച്ചടിയുടെ വാർത്തകളായിരുന്നു. ബി ജെ പിക്ക് ലഭിച്ചത് 138 സീറ്റുകൾ മാത്രം. കോൺഗ്രസിന് 145 സീറ്റും സി പി ഐ (എം)ന് 43 ഉം സി പി ഐക്ക് 10 ഉം ബി എസ് പിക്ക് 19 ഉം സീറ്റുകൾ കിട്ടി. സംസ്ഥാന പാർട്ടികൾക്കെല്ലാംകൂടി 153 സീറ്റും 28.90 ശതമാനം വോട്ടും ലഭിച്ചു. ഇന്ത്യൻ രാഷ്ട്രീയത്തിന്റെ ചക്രം തിരിക്കുക കോൺഗ്രസ്, ബി ജെ പി ഇതര പാർട്ടികളായിരിക്കും എന്ന വ്യക്തമായ സൂചന തിരഞ്ഞെടുപ്പ് ഫലം നൽകി.

ശക്തമായ ചതുഷ്കോണ മത്സരം നടന്ന ഉത്തർപ്രദേശിൽ ബി ജെ പിക്ക് കനത്ത തിരിച്ചടിയേറ്റു. ലഭിച്ചത് വെറും 10 സീറ്റുകൾ. മധ്യപ്രദേശ്, രാജസ്ഥാൻ, കർണാടക, ഛത്തീസ്ഗഡ് എന്നീ സംസ്ഥാനങ്ങളിൽ മാത്രമാണ് പ്രതീക്ഷിച്ച മുന്നേറ്റം ഉണ്ടാക്കാനായത്. തമിഴ്നാട്ടിൽ നിന്നും ആന്ധ്രയിൽനിന്നും ഒരൊറ്റ സീറ്റുപോലും ബി ജെ പിക്ക് ലഭിച്ചില്ല. മുരളീമനോഹർ ജോഷി അലഹാബാദിൽ പരാജയപ്പെട്ടു. സമാജ്‌വാദി പാർട്ടിയിലെ രേവതി രമൺ സിങ്ങാണ് ജോഷിയെ 28,409 വോട്ടുകൾക്ക് തോൽപ്പിച്ചത്. സോണിയാഗാന്ധി റായ്ബറേലിയിൽനിന്നും രാഹുൽഗാന്ധി അമേഠിയിൽനിന്നും തിരഞ്ഞെടുക്കപ്പെട്ടു.

ഇടതുപക്ഷം ചരിത്രത്തിലെ ഏറ്റവും മികച്ച വിജയം നേടി. കേരളം, പശ്ചിമബംഗാൾ, ത്രിപുര എന്നീ സംസ്ഥാനങ്ങൾ തൂത്തുവാരി, പശ്ചിമ ബംഗാളിലെ ആരംബാഗിൽനിന്ന് സി പി ഐ(എം) സ്ഥാനാർഥി അനിൽ

ബസു വിജയിച്ചത് 5,92,502 വോട്ടുകൾക്കാണ്. ഇന്ത്യൻ തിരഞ്ഞെടുപ്പ് ചരിത്രത്തിലെ ഏറ്റവും ഉയർന്ന ഭൂരിപക്ഷം.

ഏകകക്ഷി രാഷ്ട്രീയത്തിന്റെ കാലം അവസാനിച്ചു. ഇനി കൂട്ടുകക്ഷി രാഷ്ട്രീയത്തിന് മാത്രമേ ഇന്ത്യയിൽ നിലനിൽപ്പുള്ളൂ എന്ന യാഥാർഥ്യത്തിന് 2004 തിരഞ്ഞെടുപ്പ് ഫലം അടിവരയിട്ടു. കെട്ടിച്ചമച്ച വികസന 'തിളക്കം' ജനങ്ങൾ അംഗീകരിക്കില്ലെന്നും ഫലം തെളിയിച്ചു.

2004 മൻമോഹൻസിങ് മന്ത്രിസഭ

പ്രധാനമന്ത്രി: മൻമോഹൻസിങ്.

മൻമോഹൻസിങ് (ആസൂത്രണം, ആണവോർജം, ബഹിരാകാശം, ഖനി), പ്രണബ് മുഖർജി (പ്രതിരോധം), ശിവരാജ് പാട്ടീൽ (ആഭ്യന്തരം), നട്വർസിങ് (വിദേശകാര്യം), പി ചിദംബരം (ധനകാര്യം), അർജുൻസിങ് (മാനവവിഭവശേഷി വികസനം), ശരദ് പവാർ (കൃഷി), ടി ആർ ബാലു (ഉപരിതല ഗതാഗതം, ഷിപ്പിങ്), ദയാനിധിമാരൻ (വാർത്താവിനിമയം), ലാലുപ്രസാദ് യാദവ് (റെയിൽവേ), എ ആർ ആന്തുല (ന്യൂനപക്ഷ ക്ഷേമം), സുശീൽകുമാർ ഷിൻഡെ (ഊർജം), രാംവിലാസ് പാസ്വാൻ (ഉരുക്ക്, വളം), ജയ്പാൽ റെഡ്ഡി (നഗരവികസനം), സിസ്റാം ഓലെ (ഖനി), മഹാവീർ പ്രസാദ് (ചെറുകിട വ്യവസായം), പി ആർ കിണ്ട്യ (ഗോത്രവർഗ ക്ഷേമം), ശങ്കർ സിങ് വഗേല (ടെക്സ്റ്റൈൽസ്), വയലാർ രവി (പ്രവാസികാര്യം), കമൽനാഥ് (വ്യവസായം, വാണിജ്യം), എച്ച് ആർ ഭരദ്വാജ് (നിയമം), സന്തോഷ് മൊഹന്തേവ് (ഘനവ്യവസായം), രഘുവംശ പ്രസാദ്സിങ് (ഗ്രാമവികസനം), മണിശങ്കർ അയ്യർ (പഞ്ചായത്ത്രാജ്), മീരാകുമാർ (സാമൂഹ്യ നീതി), മുരളീദേവ്റ (പെട്രോളിയം), അംബികാ സോണി (ടൂറിസം), കപിൽസിബൽ (ശാസ്ത്രം), പ്രേംചന്ദ് ഗുപ്ത (കമ്പനി കാര്യം).

സർക്കാരിൽ സ്വതന്ത്ര ചുമതലയുള്ള 8 സഹമന്ത്രിമാരും 40 സഹമന്ത്രിമാരും ഉണ്ടായിരുന്നു. മന്ത്രിസഭ പലതവണ പുനഃസംഘടിപ്പിച്ചു. മേൽക്കൊടുത്ത പട്ടികയിൽ പല മാറ്റങ്ങളും പിന്നീട് ഉണ്ടായി. എ കെ ആന്റണി പ്രതിരോധ മന്ത്രിയായതാണ് പ്രധാന മാറ്റങ്ങളിലൊന്ന്.

പാർട്ടി	സീറ്റുകൾ	ശതമാനം
കോൺഗ്രസ് (ഐ)	145	26.53%
ബി ജെ പി	138	22.16%
സി പി ഐ(എം)	43	5.66%
സി പി ഐ	10	1.41%
എൻ സി പി	9	1.80%

തിരഞ്ഞെടുപ്പു ഫലം (കേരളം)

മണ്ഡലം	വിജയി	പാർട്ടി
കാസർഗോഡ്	പി കരുണാകരൻ	സി പി ഐ(എം)
കണ്ണൂർ	എ പി അബ്ദുള്ളക്കുട്ടി	സി പി ഐ(എം)
വടകര	പി സതീദേവി	സി പി ഐ(എം)
കോഴിക്കോട്	എം പി വീരേന്ദ്രകുമാർ	ജനതാദൾ (എസ്)
മഞ്ചേരി	ടി കെ ഹംസ	സി പി ഐ(എം)
പൊന്നാനി	ഇ അഹമ്മദ്	മുസ്ലിംലീഗ്
പാലക്കാട്	എൻ എൻ കൃഷ്ണദാസ്	സി പി ഐ (എം)
ഒറ്റപ്പാലം (സംവരണം)	എസ് അജയകുമാർ	സി പി ഐ(എം)
തൃശ്ശൂർ	സി കെ ചന്ദ്രപ്പൻ	സി പി ഐ
മുകുന്ദപുരം	ലോനപ്പൻ നമ്പാടൻ	സി പി ഐ(എം)
എറണാകുളം	ഡോ. സെബാസ്റ്റ്യൻപോൾ	സ്വതന്ത്രൻ
മൂവാറ്റുപുഴ	പി സി തോമസ്	ഐ എഫ് ഡി പി
കോട്ടയം	കെ സുരേഷ് കുറുപ്പ്	സി പി ഐ(എം)
ഇടുക്കി	ഫ്രാൻസിസ് ജോർജ്	കേരള കോൺ.(ജെ)
ആലപ്പുഴ	ഡോ. കെ എസ് മനോജ്	സി പി ഐ(എം)
മാവേലിക്കര	സി എസ് സുജാത	സി പി ഐ(എം)
അടൂർ (സംവരണം)	ചെങ്ങറ സുരേന്ദ്രൻ	സി പി ഐ
കൊല്ലം	പി രാജേന്ദ്രൻ	സി പി ഐ (എം)
ചിറയിൻകീഴ്	വർക്കല രാധാകൃഷ്ണൻ	സി പി ഐ (എം)
തിരുവനന്തപുരം	പി കെ വാസുദേവൻനായർ	സി പി ഐ

15

2009

യു പി എയുടെ വൻവിജയം

ദീർഘവീക്ഷണത്തോടെയുള്ള സാമൂഹ്യക്ഷേമ പദ്ധതികളും സഖ്യകക്ഷി രാഷ്ട്രീയത്തിന്റെ തന്ത്രപരമായ ചേരുവകളും ദുർബലമായ പ്രതിപക്ഷവും ചേർന്നപ്പോൾ 2009 ൽ യു പി എയ്ക്ക് വീണ്ടും അധികാരത്തിൽ വരാനായി. തിരഞ്ഞെടുപ്പിനുശേഷം കോൺഗ്രസ് അധ്യക്ഷ സോണിയാഗാന്ധിയെ പ്രധാനമന്ത്രിയാക്കാൻ കോൺഗ്രസ് പാർലമെന്ററി പാർട്ടിയോഗം തീരുമാനിച്ചു. സോണിയാഗാന്ധിയെ കോൺഗ്രസ് അധ്യക്ഷയാക്കിയതിൽ പ്രതിഷേധിച്ച് കോൺഗ്രസ് വിട്ട ശരദ് പവാറിനുപോലും സോണിയ പ്രധാനമന്ത്രിയാവുന്നതിനോട് എതിർപ്പുണ്ടായില്ല. എല്ലാവരെയും അത്ഭുതപ്പെടുത്തിക്കൊണ്ട് സോണിയ പ്രധാനമന്ത്രി പദം നിരസിച്ചു. പ്രധാനമന്ത്രി പദം തനിക്ക് പ്രാപ്യമാണെന്ന് തെളിയിച്ചതിനുശേഷമുള്ള പിൻവാങ്ങൽ സോണിയാഗാന്ധിയുടെ പ്രതിച്ഛായ വർധിപ്പിച്ചു. താഴെത്തട്ടിൽ രാഷ്ട്രീയ പ്രവർത്തനം നടത്തി യാതൊരു പരിചയവുമില്ലാത്ത മൻമോഹൻ സിങ്ങിനെയാണ് പ്രധാനമന്ത്രിയാവാൻ സോണിയാഗാന്ധി കണ്ടെത്തിയത്.

സർക്കാരിൽ പങ്കാളികളായ ഡി എം കെ, പി എം കെ, ആർ ജെ ഡി, എൻ സി പി, ജെ എം എം തുടങ്ങിയവരെല്ലാം കോൺഗ്രസ് നൽകിയ സ്ഥാനമാനങ്ങൾകൊണ്ട് തൃപ്തരായി. മുലായംസിങ് യാദവിനെതിരായ അഴിമതിക്കേസുകൾ അവസാനിപ്പിക്കണമെന്ന് സമാജ്‌വാദി പാർട്ടിയുടെയും മായാവതിക്കെതിരായ അഴിമതിക്കേസുകൾ അവസാനിപ്പിക്കണമെന്ന ബി എസ് പിയുടെയും ആവശ്യങ്ങൾ കോൺഗ്രസ് അംഗീകരിച്ചു. മന്ത്രിസഭയിൽ ചേരാനുള്ള ക്ഷണം ഇടതുപക്ഷം നിരസിച്ചു. എന്നാൽ,

ഇടതുപക്ഷവുമായി കൂടിയാലോചിച്ച് സർക്കാർ ഒരു പൊതുമിനിമം പരിപാടി പ്രഖ്യാപിച്ചു. ഊർജിത ഉദാരവൽക്കരണനയം നടപ്പിലാക്കാനാണ് തുടക്കം മുതൽക്കുതന്നെ മൻമോഹൻസിങ് ശ്രമിച്ചത്. ഇതിനായി വിശ്വസ്തൻ മൊൻടേക് സിങ് അലുവാലിയയെ ആസൂത്രണ കമീഷന്റെ ഉപാധ്യക്ഷനാക്കി. ചെറുകിട വാണിജ്യമേഖലയിലെ നേരിട്ടുള്ള വിദേശ നിക്ഷേപം ഉൾപ്പെടെയുള്ള പരിഷ്കാരങ്ങൾ നടപ്പിലാക്കാൻ സർക്കാർ ഊർജിതശ്രമം നടത്തിയപ്പോൾ ഇടതുപക്ഷം എതിർത്തു. ഇടതുപക്ഷത്തിന്റെ ശക്തമായ എതിർപ്പിനെ തുടർന്നാണ് മനസില്ലാമനസോടെ സർക്കാർ ദേശീയ ഗ്രാമീണ തൊഴിലുറപ്പ് നിയമവും വനാവകാശ നിയമവും നടപ്പിലാക്കിയത്. തൊഴിലുറപ്പ് പദ്ധതി നടപ്പിലാക്കാൻ വൻ ചെലവ് വരുമെന്നായിരുന്നു സർക്കാരിന്റെ വാദം. എന്നാൽ, ബജറ്റുകളിൽ അഞ്ചു ലക്ഷം കോടി രൂപവരെയാണ് വ്യവസായ കുത്തകകൾക്ക് സർക്കാർ ഇളവ് നൽകിയത്. തൊഴിലുറപ്പ് പദ്ധതി നടപ്പിലാക്കിയതോടെ ഗ്രാമീണരുടെ മിനിമംകൂലി ഉയർന്നു. വനാവകാശ നിയമം നിലവിൽവന്നതോടെ ആദിവാസികൾക്ക് വനഭൂമിക്കുമേൽ അവകാശം ലഭിച്ചു. ഇടതുപക്ഷത്തിന്റെ നിർബന്ധംകൊണ്ട് മാത്രം നടപ്പിലാക്കിയ ഈ പദ്ധതികളാണ് യു പി എയെ വീണ്ടും അധികാരത്തിലേറ്റിയത്.

മുഖ്യപ്രതിപക്ഷകക്ഷിയായ ബി ജെ പിക്ക് ഒരു ഘട്ടത്തിൽപ്പോലും പ്രതിപക്ഷത്തിന്റെ റോളിലേക്ക് ഉയരാനായില്ല. അടിസ്ഥാന വിഷയങ്ങളിലൊന്നിൽപ്പോലും ഭരണപക്ഷവുമായി കാര്യമായ ഭിന്നത ബി ജെ പിക്ക് ഇല്ലായിരുന്നു. വിലക്കയറ്റത്തെ ബി ജെ പി എതിർത്തു. എന്നാൽ, വിലക്കയറ്റത്തിന് കാരണമായ നയങ്ങളോട് ബി ജെ പിക്ക് എതിർപ്പില്ലായിരുന്നു. *വിക്കിലിക്സ്* പുറത്തുവിട്ട രേഖകൾ ബി ജെ പിയുടെ നയപരമായ പാപ്പരത്തം വ്യക്തമാക്കുന്നതായിരുന്നു. ആണവ കരാറിനോട് ബി ജെ പിക്ക് എതിർപ്പില്ലെന്നും പ്രതിപക്ഷമായതിനാൽ എതിർക്കാതിരിക്കാൻ നിർവാഹമില്ലാത്തതുകൊണ്ടാണ് എതിർത്തതെന്നും എൽ കെ അദ്വാനി ദില്ലിയിലെ അമേരിക്കൻ സ്ഥാനപതിയോട് പറഞ്ഞതായി *വിക്കിലിക്സ്* വെളിപ്പെടുത്തിയിരുന്നു.

ബി ജെ പിയുടെ ഹിന്ദുത്വരാഷ്ട്രീയം പരാജയപ്പെട്ടു. 2004 ലെ തിരഞ്ഞെടുപ്പ് പരാജയത്തിനുശേഷം എൽ കെ അദ്വാനി പാർട്ടിയുടെ അധ്യക്ഷ സ്ഥാനം ഏറ്റെടുത്തു. പാക് സന്ദർശനവേളയിൽ അദ്വാനി മുഹമ്മദാലി ജിന്നയെ പുകഴ്ത്തി സംസാരിച്ചത് സംഘപരിവാറിനെ ചൊടിപ്പിച്ചു. അദ്വാനിയെ ബി ജെ പി അധ്യക്ഷസ്ഥാനത്തുനിന്ന് നീക്കി. ബി ജെ പി ഗുജറാത്ത് മോഡൽ പരീക്ഷണം നടത്തിയത് ഒഡീഷയിലായിരുന്നു. വി എച്ച് പി നേതാവ് ലക്ഷ്മണാനന്ദ സരസ്വതി കൊല്ലപ്പെട്ടു. കൊലപാതകം നടത്തിയത് മാവോയിസ്റ്റുകളാണെന്ന് തെളിഞ്ഞിട്ടും സംഘപരിവാർ ക്രിസ്ത്യാനികൾക്കെതിരെ കലാപം നടത്തി. നിരവധി

പേർ കൊല്ലപ്പെട്ടു. കന്യാസ്ത്രീ ബലാത്സംഗത്തിന് ഇരയായി. എന്നാൽ, ഗുജറാത്തിലേതുപോലെ രാഷ്ട്രീയ നേട്ടം ഉണ്ടാക്കാൻ ബി ജെ പിക്കായില്ല. തിരഞ്ഞെടുപ്പിന് തൊട്ടുമുമ്പ് ബിജു ജനതാദൾ ബി ജെ പിയുമായുള്ള സഖ്യം വിച്ഛേദിച്ചു. ഒഡീഷയിലെ ഒരൊറ്റ ലോകസഭാ സീറ്റിൽപ്പോലും വിജയിക്കാൻ ബി ജെ പിക്ക് സാധിച്ചില്ല.

യു പി എ സർക്കാരിന്റെ ഭരണകാലത്ത് യഥാർഥ പ്രതിപക്ഷം ഇടതുപക്ഷമായിരുന്നു. സർക്കാരിനെ പുറത്തുനിന്ന് പിന്തുണച്ച ഇടതുപക്ഷം ഇന്ത്യ–അമേരിക്ക ആണവകരാറിൽനിന്ന് ഇന്ത്യ പിന്മാറണമെന്ന് കേന്ദ്രസർക്കാരിനോട് ആവശ്യപ്പെട്ടു. ഈ ആവശ്യം അംഗീകരിക്കാൻ സർക്കാർ തയാറായില്ല. ഇതിനെത്തുടർന്ന് ഇടതുപക്ഷം പിന്തുണ പിൻവലിച്ചു. ഭൂരിപക്ഷം ഉറപ്പിക്കുന്നതിനായി കോടികളാണ് ഒഴുക്കിയത്. നേരത്തെ ആണവക്കരാറിനെ എതിർത്തിരുന്ന സമാജ്‌വാദി പാർട്ടി വളരെ പെട്ടെന്ന് നിലപാട് മാറ്റി. സമാജ്‌വാദി പാർട്ടി നേതാവ് അമർസിങ്ങിന്റെ അമേരിക്കൻ സന്ദർശനത്തിന് ശേഷമായിരുന്നു നിലപാട് മാറ്റം. ഇന്ത്യയിൽ മടങ്ങിയെത്തിയ അമർസിങ് പിന്നീട് സർക്കാരിന് ഭൂരിപക്ഷം ഉറപ്പിക്കുന്നതിനായുള്ള ഇടനിലക്കാരനായി മാറി. വിശ്വാസ പ്രമേയത്തിന്മേൽ ചർച്ച നടക്കവെ ഭൂരിപക്ഷം ഉറപ്പിക്കുന്നതിനായി ഒഴുക്കിയ കോഴപ്പണം സഭയുടെ മേശപ്പുറത്തെത്തി. വിലയ്ക്ക് വാങ്ങിയ ഭൂരിപക്ഷമാണ് സർക്കാരിനെ രക്ഷിച്ചതെന്ന് അതോടെ വ്യക്തമായി. സി പി ഐ(എം) നേതാവ് സോമനാഥ് ചാറ്റർജി ആയിരുന്നു, ലോകസഭാ സ്പീക്കർ. സി പി ഐ (എം) കേന്ദ്രകമ്മിറ്റിയുടെ തീരുമാനപ്രകാരമാണ് സോമനാഥ് ചാറ്റർജി സ്പീക്കറായത്. സർക്കാരിനുള്ള പിന്തുണ ഇടതുപക്ഷം പിൻവലിച്ചപ്പോൾ സ്പീക്കർ സ്ഥാനം രാജിവയ്ക്കാൻ ചാറ്റർജിയോട് സി പി ഐ (എം) നേതൃത്വം ആവശ്യപ്പെട്ടു. രാജിവയ്ക്കാൻ സോമനാഥ് ചാറ്റർജി തയാറായില്ല. ഇതിനെത്തുടർന്ന് അദ്ദേഹത്തെ പാർട്ടിയുടെ പ്രാഥമിക അംഗത്വത്തിൽനിന്ന് പുറത്താക്കി. സിംഗൂർ, നന്ദിഗ്രാം സംഭവങ്ങൾ ഇടതുപക്ഷത്തിന് തിരിച്ചടിയായി. പശ്ചിമബംഗാളിലെ സിംഗൂരിലെ ടാറ്റ കാർ നിർമാണ ഫാക്ടറിക്കും നന്ദിഗ്രാമിലെ നിർദിഷ്ട രാസവള നിർമാണ ഫാക്ടറിക്കുമെതിരെ പ്രതിഷേധം ശക്തമായി. ടാറ്റ പദ്ധതി ഉപേക്ഷിച്ചു. സമരക്കാർ നന്ദിഗ്രാമിനെ വിമോചിത മേഖലയാക്കി മാറ്റി. പ്രദേശം തിരിച്ചുപിടിക്കാനുള്ള ശ്രമത്തിനിടയിൽ വെടിവെപ്പ് നടന്നു. 13 പേർ കൊല്ലപ്പെട്ടു. ഈ സംഭവം ബംഗാളിലെ ഇടതുപക്ഷ വിരുദ്ധരെ ഏകോപിപ്പിച്ചു. കോൺഗ്രസ്, തൃണമൂൽ കോൺഗ്രസ്, ബി ജെ പി, മുസ്ലിം മതമൗലിക സംഘടനകൾ, മാവോയിസ്റ്റുകൾ, എസ് യു സി ഐ, എൻ ജി ഒകൾ തുടങ്ങിയവരെല്ലാം കൈകോർത്തു. തിരഞ്ഞെടുപ്പിൽ കോൺഗ്രസും തൃണമൂൽ കോൺഗ്രസും സഖ്യമുണ്ടാക്കി മത്സരിച്ചു. ലോകസഭാ തിരഞ്ഞെടുപ്പിൽ ബംഗാളിൽ ഇടതുപക്ഷത്തിന് ശക്ത

മായ തിരിച്ചടിയേറ്റു. ബംഗാളിലെ 42 സീറ്റുകളിലെ 15 എണ്ണം മാത്രമാണ് ഇടതുപക്ഷത്തിന് ലഭിച്ചത്. തൃണമൂൽ കോൺഗ്രസിന് 19 ഉം കോൺഗ്രസിന് 6 ഉം സീറ്റുകൾ ലഭിച്ചു.

2009 മൻമോഹൻസിങ് മന്ത്രിസഭ

ക്യാബിനറ്റ് മന്ത്രിമാർ

പ്രധാനമന്ത്രി: മൻമോഹൻസിങ്.

മൻമോഹൻസിങ് (ആണവോർജം, ആസൂത്രണം, ബഹിരാകാശം), എ കെ ആന്റണി (പ്രതിരോധം), പി ചിദംബരം (ധനകാര്യം), സുശീൽകുമാർ ഷിൻഡെ (ആഭ്യന്തരം), സൽമാൻ ഖുർഷിദ് (വിദേശകാര്യം), ശരദ് പവാർ (കൃഷി), കപിൽ സിബൽ (നിയമം), പല്ലം രാജു (മാനവ വിഭവ ശേഷി വികസനം), ഗിരിജ വ്യാസ് (ഭവനം), വ്യോമയാനം (അജിത് സിങ്), ദിൻഷ പട്ടേൽ (ഖനി), ആനന്ദ് ശർമ (വാണിജ്യം, വ്യവസായം), എസ് ആർ റാവു (ടെക്സ്റ്റൈൽസ്), വീരപ്പ മൊയ്‌ലി (പെട്രോളിയം), ചന്ദ്രേഷ് കുമാരി (സാംസ്കാരികം), ജയറാം രമേശ് (ഗ്രാമവികസനം), കമൽനാഥ് (പാർലമെന്ററികാര്യം), വയലാർ രവി (പ്രവാസികാര്യം), പ്രഫുൽ പട്ടേൽ (ഘനവ്യവസായം), ഫറൂഖ് അബ്ദുള്ള (പാരമ്പര്യേതര ഊർജം), കിഷോർ ചന്ദ്രദേവ് (പഞ്ചായത്ത്‌രാജ്, പട്ടികവർഗ വികസനം), ജസ്പാൽ റെഡ്ഡി (ശാസ്ത്രം), ഓസ്കാർ ഫെർണാണ്ടസ് (ഉപരിതല ഗതാഗതം), ജി കെ വാസൻ (ഷിപ്പിങ്), കുമാരി ഷെൽജ (സാമൂഹ്യനീതി), ശ്രീപ്രകാശ് ജസ്വാൾ (ഖനി), റഹ്മാൻ ഖാൻ (ന്യൂനപക്ഷ ക്ഷേമം).

ഇവർക്കുപുറമെ സ്വതന്ത്ര ചുമതലയുള്ള 12 സഹമന്ത്രിമാരും 29 സഹമന്ത്രിമാരും സർക്കാരിലുണ്ടായി. മന്ത്രിസഭ പലതവണ പുനഃസംഘടിപ്പിച്ചതിനാൽ മേൽപ്പട്ടിക പൂർണമല്ല.

ലോകസഭ 2009

പാർട്ടി	സീറ്റുകൾ	ശതമാനം
കോൺഗ്രസ് (ഐ)	206	28.55%
ബി ജെ പി	116	18.80%
ഡി എസ് പി	21	6.17%
സി പി ഐ(എം)	16	5.33%
സി പി ഐ	4	1.43%
എൻ സി പി	9	2.04%
ആർ ജെ ഡി	4	1.27%

തിരഞ്ഞെടുപ്പ് ഫലം (കേരളം)

മണ്ഡലം	**വിജയി**	**പാർട്ടി**
കാസർഗോഡ്	പി കരുണാകരൻ	സി പി ഐ(എം)
കണ്ണൂർ	കെ സുധാകരൻ	കോൺഗ്രസ്(ഐ)
വടകര	മുല്ലപ്പള്ളി രാമചന്ദ്രൻ	കോൺഗ്രസ്(ഐ)
കോഴിക്കോട്	എം കെ രാഘവൻ	കോൺഗ്രസ്(ഐ)
വയനാട്	എം ഐ ഷാനവാസ്	മുസ്ലിംലീഗ്
പൊന്നാനി	ഇ ടി മുഹമ്മദ് ബഷീർ	മുസ്ലിംലീഗ്
പാലക്കാട്	എം ബി രാജേഷ്	സി പി ഐ (എം)
ആലത്തൂർ (സംവരണം)	പി കെ ബിജു	സി പി ഐ(എം)
തൃശ്ശൂർ	പി സി ചാക്കോ	കോൺഗ്രസ്(ഐ)
ചാലക്കുടി	ധനപാലൻ	കോൺഗ്രസ്(ഐ)
എറണാകുളം	കെ വി തോമസ്	കോൺഗ്രസ്(ഐ)
ഇടുക്കി	പി ടി തോമസ്	കോൺഗ്രസ്(ഐ)
കോട്ടയം	ജോസ് കെ മാണി	കോൺഗ്രസ്(എം)
ആലപ്പുഴ	കെ സി വേണുഗോപാൽ	കോൺഗ്രസ്(ഐ)
മാവേലിക്കര (സംവരണം)	കൊടിക്കുന്നിൽ സുരേഷ്	കോൺഗ്രസ്(ഐ)
പത്തനംതിട്ട	ആന്റോ ആന്റണി	കോൺഗ്രസ്(ഐ)
കൊല്ലം	പീതാംബരക്കുറുപ്പ്	കോൺഗ്രസ്(ഐ)
ആറ്റിങ്ങൽ	എ സമ്പത്ത്	സി പി ഐ (എം)
തിരുവനന്തപുരം	ശശിതരൂർ	കോൺഗ്രസ്(ഐ)

16

തിരഞ്ഞെടുപ്പ് കമീഷണർമാർ

തിരഞ്ഞെടുപ്പ് കമീഷൻ ഒരു ഭരണഘടനാസ്ഥാപനമാണ്. സ്വതന്ത്രവും നീതിയുക്തവുമായ തിരഞ്ഞെടുപ്പ് നടത്തുക എന്നതാണ് കമീഷന്റെ ലക്ഷ്യം. കേന്ദ്ര സർക്കാരിന്റെ ശുപാർശപ്രകാരം രാഷ്ട്രപതിയാണ് തിരഞ്ഞെടുപ്പ് കമീഷണർമാരെ നിയമിക്കേണ്ടത്. 1989 വരെ ഒരു കമീഷണർ മാത്രമായിരുന്നു കമീഷനിൽ ഉണ്ടായിരുന്നത്. അതിനുശേഷം കമീഷനിലെ കമീഷണർമാരുടെ എണ്ണം മൂന്നാക്കി ഉയർത്തി, ഒരു മുഖ്യതിരഞ്ഞെടുപ്പ് കമീഷണറും രണ്ട് കമീഷണർമാരും. നിർണായക വിഷയങ്ങളിൽ ഭൂരിപക്ഷ അഭിപ്രായപ്രകാരം തീരുമാനങ്ങൾ എടുക്കും.

ആറുവർഷക്കാലമാണ് തിരഞ്ഞെടുപ്പ് കമീഷണറുടെ കാലാവധി. ആറുവർഷ കാലാവധിക്കിടെ കമീഷണർക്ക് 65 വയസായാൽ അതോടെ വിരമിക്കണം. സുപ്രീംകോടതി ജസ്റ്റിസിന്റേതിന് സമാനമായ പദവിയും സേവനവേതന വ്യവസ്ഥകളും കമീഷണർക്ക് ലഭിക്കും. കമീഷണറെ എളുപ്പത്തിൽ നീക്കം ചെയ്യാനാവില്ല. പാർലമെന്റ് മൂന്നിൽ രണ്ട് ഭൂരിപക്ഷത്തോടെ ഇംപീച്ച് ചെയ്താൽ മാത്രമേ കമീഷണറെ നീക്കാനാവൂ.

ഭരണകക്ഷി തങ്ങളുടെ വിശ്വസ്തരായ ഉദ്യോഗസ്ഥരെ കമീഷണർമാരായി നിയമിക്കുക എന്ന പതിവ് ഇപ്പോഴും തുടരുന്നുണ്ട്. ഇതിന് വിരുദ്ധമായി പ്രവർത്തിച്ച കമീഷണറായിരുന്നു ടി എൻ ശേഷൻ. ശേഷൻ 1990 മുതൽ 1996 വരെ തിരഞ്ഞെടുപ്പ് കമീഷണറായി സേവനമനുഷ്ഠിച്ചു. തിരഞ്ഞെടുപ്പ് പ്രക്രിയയിൽ നടക്കുന്ന അഴിമതിക്കേട് തുടങ്ങിയവ തടയുന്നതിനായി ശേഷൻ നിരവധി ശക്തമായ നടപടികൾ കൈക്കൊണ്ടു. കമീഷന്റെ അധികാരങ്ങളിൽ പലതും രാജ്യം തിരിച്ചറിഞ്ഞത് ശേഷനിലൂടെയായിരുന്നു. ശേഷന്റെ ചിറകരിയുക എന്ന ലക്ഷ്യത്തോടെയാണ്

കമീഷനിലെ അംഗസംഖ്യ ഒന്നിൽനിന്ന് മൂന്നായി സർക്കാർ ഉയർത്തിയത്.

മുഖ്യ കമീഷണർമാർ

പേര്		വർഷം
1	സുകുമാർ സെൻ	1950–1958
2	കല്യാൺ സുന്ദരം	1958–1967
3	എസ് പി സെൻവർമ	1967–1972
4	നാഗേന്ദ്രസിങ്	1972–1973
5	ടി സ്വാമിനാഥൻ	1973–1977
6	എസ് എൽ ഷക്ധർ	1977–1982
7	ആർ കെ ത്രിവേദി	1982–1985
8	ആർ വി എസ് പെരിശാസ്ത്രി	1986–1990
9	പി എസ് രമാദേവി	1990 നവംബർ– 1990 ഡിസംബർ
10	ടി എൻ ശേഷൻ	1990–1996
11	എം എസ് ഗിൽ	1996–2001
12	ജെ എം ലിങ്ദോ	2001–2004
13	ബി ബി ഠാണ്ടൻ	2005–2006
14	എൻ ഗോപാലസ്വാമി	2006–2009
15	നവീൻ ചൗള	2009–2010
16	എസ് വൈ ഖുറേഷി	2010–2012
17	വി എസ് സമ്പത്ത്	2012–......

17

തിരഞ്ഞെടുപ്പ് മുദ്രാവാക്യങ്ങൾ

എക്കാലത്തും മുദ്രാവാക്യങ്ങൾ മുഖ്യപ്രചാരണ മാധ്യമമാണ്. സ്വാതന്ത്ര്യത്തിനുശേഷം നടന്ന എല്ലാ തിരഞ്ഞെടുപ്പുകളിലും ഭരണ പക്ഷത്തുനിന്നും പ്രതിപക്ഷത്തുനിന്നും മുദ്രാവാക്യങ്ങൾ മുഴങ്ങിക്കേട്ടു. എഴുത്തും വായനയും അറിയാത്തവരെപ്പോലും മുദ്രാവാക്യങ്ങൾ ആകർഷിച്ചു. ഹ്രസ്വമായ മുദ്രാവാക്യങ്ങളിൽ പലതും താളാത്മകമാണ്. അതുകൊണ്ടുതന്നെ അർഥമറിഞ്ഞില്ലെങ്കിലും പലരും മുദ്രാവാക്യങ്ങൾ ആസ്വദിച്ചു. ഹിന്ദിയിലെ ജനപ്രിയ മുദ്രാവാക്യങ്ങൾ ഹിന്ദി അറിയാത്തവർക്കിടയിൽപ്പോലും ജനപ്രിയമായി.

ജയ് ജവാൻ ജയ് കിസാൻ (സൈനികർ ജയിക്കട്ടെ കർഷകൻ ജയിക്കട്ടെ)

രാജ്യത്ത് ഏറ്റവും ജനസമ്മതി നേടിയ മുദ്രാവാക്യമാണിത്. പ്രധാനമന്ത്രിയായിരുന്ന ലാൽ ബഹദൂർ ശാസ്ത്രിയാണ് ഈ മുദ്രാവാക്യത്തിന്റെ സ്രഷ്ടാവ്. 1965 ലാണ് അദ്ദേഹം ഈ മുദ്രാവാക്യം രാജ്യത്തിന് മുന്നിൽ വെച്ചത്. ഇന്ത്യാ-പാക് യുദ്ധത്തിൽ ഇന്ത്യ വലിയ മുന്നേറ്റം നടത്തി. സൈന്യം രാജ്യത്തിന്റെ അഭിമാനമായി മാറി. ഇതേസമയത്തുതന്നെ രാജ്യം വലിയ ഭക്ഷ്യക്ഷാമം നേരിട്ടു. കാർഷികോൽപ്പാദനം വൻതോതിൽ വർധിപ്പിക്കുകയല്ലാതെ മറ്റ് മാർഗങ്ങൾ ഒന്നുമില്ലാതായി. രാജ്യത്തിന്റെ ഭാവി സൈനികരുടെയും കർഷകരുടെയും കൈകളിലാണെന്ന സന്ദേശമാണ് 'ജയ് ജവാൻ, ജയ് കിസാൻ' എന്ന മുദ്രാവാക്യത്തിലൂടെ ലാൽ ബഹദൂർ ശാസ്ത്രി നൽകിയത്. ശാസ്ത്രിയുടെ മരണത്തിനു ശേഷം 1967 ൽ നടന്ന ലോകസഭാ തിരഞ്ഞെടുപ്പിൽ കോൺഗ്രസിന്റെ പ്രധാന തിരഞ്ഞെടുപ്പ് മുദ്രാവാക്യം ഇതായിരുന്നു. എന്നാൽ, പിന്നീട്

രാഷ്ട്രീയത്തിലതീതമായി ഈ മുദ്രാവാക്യത്തിന് സ്വീകാര്യത ലഭിച്ചു.

ഗരീബി ഹഠാവോ (ദാരിദ്ര്യം മാറ്റൂ)

1971 ലെ ലോകസഭാ തിരഞ്ഞെടുപ്പ് പ്രചാരണ വേളയിൽ ഇന്ദിരാ ഗാന്ധി മുന്നോട്ടുവച്ച മുദ്രാവാക്യമാണിത്. അക്കാലത്ത് സോഷ്യലിസ്റ്റ് ആശയങ്ങളുടെ ശക്തയായ വക്താവായിരുന്നു ഇന്ദിരാഗാന്ധി. സോഷ്യലിസ്റ്റ് ആശയങ്ങളിലൂടെ മാത്രമേ ദാരിദ്ര്യം മാറൂ എന്ന സന്ദേശം ഉയർത്തിപ്പിടിക്കാൻ ലക്ഷ്യമിട്ടുകൊണ്ടുള്ളതായിരുന്നു ഈ മുദ്രാവാക്യം. കോൺഗ്രസ് റാലികളിൽ ഈ മുദ്രാവാക്യം മുഴങ്ങിക്കേട്ടു. ഇന്ദിരാഗാന്ധി പ്രസംഗങ്ങൾ അവസാനിപ്പിച്ചിരുന്നത് ഈ മുദ്രാവാക്യങ്ങൾ മുഴങ്ങിക്കൊണ്ടായിരുന്നു.

ഇന്ദിരാ ഹഠാവോ, ദേശ് ബച്ചാവോ (ഇന്ദിരയെ മാറ്റൂ, രാജ്യത്തെ രക്ഷിക്കൂ)

ജയ്പ്രകാശ് നാരായണനാണ് ഈ മുദ്രാവാക്യത്തിന്റെ സ്രഷ്ടാവ്. അടിയന്തരാവസ്ഥക്കാലത്ത് മുഴങ്ങിക്കേട്ട മുദ്രാവാക്യമാണിത്. അടിയന്തരാവസ്ഥയ്ക്കുശേഷം 1977 ൽ നടന്ന ലോകസഭാ തിരഞ്ഞെടുപ്പിൽ ഏറ്റവും ജനസമ്മതി നേടിയത് ജെ പിയുടെ ഈ മുദ്രാവാക്യമായിരുന്നു. മുദ്രാവാക്യം ആവശ്യപ്പെട്ടതുപോലെ ജനങ്ങൾ ഇന്ദിരാഗാന്ധിയെ തിരഞ്ഞെടുപ്പിൽ തോൽപ്പിച്ചു.

ജസ്തക് സൂരജ് ചാന്ദ് രഹേഗാ, ഇന്ദിരാ തേരാ നാം രഹേഗാ (സൂര്യൻ ജ്വലിച്ച് നിൽക്കുന്നിടത്തോളംകാലം ഇന്ദിരാഗാന്ധിയുടെ പേര് നിലനിൽക്കും)

1984 ലെ തിരഞ്ഞെടുപ്പിലെ കോൺഗ്രസിന്റെ പ്രധാന മുദ്രാവാക്യമായിരുന്നു ഇത്. മുദ്രാവാക്യം ഇന്ദിരാ സഹതാപതരംഗമുണ്ടാക്കി. ഇന്ത്യൻ തിരഞ്ഞെടുപ്പ് ചരിത്രത്തിലെ ഏറ്റവും മികച്ച വിജയം കോൺഗ്രസ് നേടി.

ബാരി ബാരി സബ്കി ബാരി, ആജ്കി ബാരി അടൽ ബിഹാരി (എല്ലാവർക്കും അവസരം കൊടുത്തു. ഇനി അടൽ ബിഹാരിക്ക് അവസരം കൊടുക്കൂ)

1996 ൽ ലഖ്നൗവിൽ നടന്ന ഒരു ബി ജെ പി റാലിയിൽ ഒരു ബി ജെ പി പ്രവർത്തകൻ വിളിച്ച ഈ മുദ്രാവാക്യം പിന്നീട് ഹിന്ദി മേഖലയിലെ ബി ജെ പിയുടെ ഏറ്റവും പ്രധാന മുദ്രാവാക്യമായി മാറി. എ ബി വാജ്പേയിയെ പ്രധാനമന്ത്രിയായി ഉയർത്തിക്കാണിച്ചുകൊണ്ടുള്ളതായിരുന്നു അക്കാലത്തെ ബി ജെ പി യുടെ തിരഞ്ഞെടുപ്പ് പ്രചാരണ പരിപാടികൾ. വാജ്പേയി പങ്കെടുത്തിരുന്ന റാലികളിലെല്ലാം അദ്ദേഹത്തിന് സ്വാഗതമോതിക്കൊണ്ട് ബി ജെ പി പ്രവർത്തകർ ഈ മുദ്രാ

വാക്യം മുഴക്കിയിരുന്നു.

ഇന്ത്യ ഷൈനിങ് (ഇന്ത്യ തിളങ്ങുകയാണ്)

2004 ലെ ലോകസഭാ തിരഞ്ഞെടുപ്പിലെ ബി ജെ പിയുടെ പ്രധാന മുദ്രാവാക്യമായിരുന്നു ഇത്. എൻ ഡി എ സർക്കാരിന്റെ ഭരണത്തെത്തുടർന്ന് ഇന്ത്യക്കുണ്ടായ വികസന നേട്ടം ഉയർത്തിക്കാട്ടുന്നതിനായാണ് ഈ പ്രചാരണ മുദ്രാവാക്യം തയാറാക്കിയത്. പ്രചാരണം മുഖ്യമായും പത്ര, ദൃശ്യമാധ്യമങ്ങളിലൂടെയായിരുന്നു. സർക്കാർ ഖജനാവിൽനിന്ന് 500 കോടി രൂപ പ്രചാരണത്തിനായി ചെലവഴിച്ചതായി ആരോപണം ഉയർന്നു. ഗ്രെ വേൾഡ് വൈഡ് പരസ്യക്കമ്പനിയാണ് ബി ജെ പിക്കു വേണ്ടി ഈ പ്രചാരണ വാചകവും പത്ര, ദൃശ്യ പരസ്യങ്ങളും തയാറാക്കിയത്. എന്നാൽ, കോടികൾ മുടക്കിയുള്ള 'ഇന്ത്യ തിളങ്ങുന്നു' പരസ്യ പ്രചാരണം ബി ജെ പിക്ക് കനത്ത തിരിച്ചടി നൽകി. പല മേഖലകളിലും നിലനിൽക്കുന്ന പിന്നോക്കാവസ്ഥ ഉയർത്തിക്കാട്ടി പ്രചാരണത്തിന്റെ പൊള്ളത്തരം തുറന്നുകാട്ടാൻ പ്രതിപക്ഷത്തിന് സാധിച്ചു. 2004 ലെ തിരഞ്ഞെടുപ്പിൽ ബി ജെ പിയും എൻ ഡി എയും കനത്ത തിരിച്ചടിയേറ്റുവാങ്ങി.

കോൺഗ്രസ് കാ ഹാത്ത്, ആം ആദ്മി കി സാത്ത് (കോൺഗ്രസിന്റെ കൈകൾ സാധാരണക്കാരനോടൊപ്പം)

ബി ജെ പിയുടെ 'ഇന്ത്യ തിളങ്ങുന്നു' എന്ന പ്രചാരണത്തെ നേരിടാനായി തയാറാക്കിയ മുദ്രാവാക്യമാണിത്. തുടക്കത്തിൽ കോൺഗ്രസ് കാ ഹാത്ത് ഗരീബിയോം കി സാത്ത് എന്നതായിരുന്നു മുദ്രാവാക്യം. 'കോൺഗ്രസിന്റെ കൈകൾ പാവപ്പെട്ടവരോടൊപ്പം' എന്ന മുദ്രാവാക്യം ലക്ഷ്യം കണ്ടില്ലെന്ന് കോൺഗ്രസ് നേതൃത്വം വിലയിരുത്തി. പാവപ്പെട്ടവരേക്കാൾ വലിയ വോട്ട് ബാങ്ക് മധ്യവർഗമാണെന്ന വിലയിരുത്തലിന്റെ അടിസ്ഥാനത്തിലാണ് ഈ മാറ്റം വരുത്തിയത്.

18

തിരഞ്ഞെടുപ്പ് പ്രവചനങ്ങൾ

ലോകത്തെ എല്ലാ തിരഞ്ഞെടുപ്പുകൾക്ക് മുമ്പും പ്രവചനങ്ങൾ ഉണ്ടാകും. രാഷ്ട്രീയ കക്ഷികൾ അവകാശവാദങ്ങൾ മുഴക്കും. പന്തയങ്ങൾ കൊഴുക്കും. ഒട്ടുമിക്ക മാധ്യമങ്ങളും ഒളിഞ്ഞും തെളിഞ്ഞും സാധ്യതകൾ ചൂണ്ടിക്കാണിക്കും. അഭിപ്രായ വോട്ടെടുപ്പുകളും എക്സിറ്റ് പോളുകളും വന്നതോടെയാണ് പ്രവചനങ്ങൾക്ക് കുറച്ചുകൂടി ആധികാരികത വന്നത്.

അമേരിക്കൻ തിരഞ്ഞെടുപ്പ് വിശകലന വിദഗ്ധനായ ഡോക്ടർ ഗുല്ലുപ്പ് ആണ് സമ്മതിദായകരുടെ അഭിപ്രായങ്ങൾ സ്വരൂപിച്ചുകൊണ്ട് ആദ്യ സർവെ നടത്തിയത്. 1936 ലെ അമേരിക്കൻ പ്രസിഡന്റ് തിരഞ്ഞെടുപ്പിൽ റൂസ്‌വെൽറ്റ് വിജയിക്കുമെന്ന് ഗുല്ലുപ്പ് പ്രവചിച്ചു. ഗുല്ലുപ്പിന്റെ പ്രവചനം ശരിയായി. എന്നാൽ, പിന്നീട് ഗുല്ലുപ്പ് നടത്തിയ പല പ്രവചനങ്ങളും പാളിപ്പോയിരുന്നു. എങ്കിലും അക്കാലത്ത് ഗുല്ലുപ്പിന്റെ രീതികളാണ് തിരഞ്ഞെടുപ്പ് പ്രവചനം നടത്തുന്നതിനായി ഏറക്കുറെ എല്ലാവരും ആശ്രയിച്ചിരുന്നത്. എഴുപതുകളോടെ ബ്രിട്ടനിൽ പ്രവചനങ്ങൾ സജീവമായി. എന്നാൽ, പല തിരഞ്ഞെടുപ്പുകളിലും വിശകലന വിദഗ്ധരുടെ പ്രവചനങ്ങൾക്ക് നേർവിപരീതമായാണ് സമ്മതിദായകർ പ്രതികരിച്ചത്. 1970 ലെ തിരഞ്ഞെടുപ്പിൽ ലേബർ പാർട്ടി വൻവിജയം നേടുമെന്ന് എല്ലാവരും പ്രവചിച്ചു. എന്നാൽ, അധികാരത്തിൽ വന്നത് കൺസർവേറ്റീവ് പാർട്ടി ആയിരുന്നു. 1974 ൽ കൺസർവേറ്റീവ് പാർട്ടി അധികാരത്തിൽ വരുമെന്നായിരുന്നു പ്രവചനം. അധികാരത്തിൽ വന്നതാകട്ടെ, ലേബർ പാർട്ടിയും. 1992 ൽ ലേബർ പാർട്ടിക്ക് 1 ശതമാനം ലീഡ് ഉണ്ടാകുമെന്ന് പല സർവെകളും പ്രവചിച്ചു. എന്നാൽ, തിരഞ്ഞെടുപ്പിൽ വിജയിച്ച കൺസർവേറ്റീവ് പാർട്ടിക്ക് 7 ശതമാനം ലീഡ് ലഭിച്ചു.

പ്രവചനങ്ങൾ ശ്രദ്ധിക്കുമ്പോൾത്തന്നെ ഇവയെ മുഖവിലയ്ക്കെടുക്കാൻ ജനങ്ങൾ തയാറായിരുന്നില്ല.

എറിക് ഡാ കോസ്റ്റയുടെ നേതൃത്വത്തിലുള്ള ഇന്ത്യൻ ഇൻസ്റ്റിറ്റ്യൂട്ട് ഓഫ് പബ്ലിക് ഒപ്പീനിയൻ ആണ് രാജ്യത്തെ ആദ്യ തിരഞ്ഞെടുപ്പ് അഭിപ്രായ സർവെ നടത്തിയത്. 1957 ലെ ലോകസഭാ തിരഞ്ഞെടുപ്പ് ഫലം എങ്ങനെ ആവുമെന്ന് അവർ പ്രവചിച്ചു. പ്രാതിനിധ്യ സ്വഭാവമുള്ള വോട്ടർമാരെ കണ്ട്, അഭിപ്രായങ്ങൾ ആരാഞ്ഞതിനുശേഷം ഓരോ പാർട്ടിക്കും എത്ര ശതമാനം വോട്ട് ലഭിക്കുമെന്ന് കണക്കുകൂട്ടി. സാധ്യതാ വോട്ടിങ് ശതമാനം സീറ്റുകളുടെ എണ്ണമാക്കി മാറ്റിയാണ് പ്രവചനം നടത്തിയിരുന്നത്. ഈ രീതി അത്ര ശാസ്ത്രീയമായിരുന്നില്ല. എന്നാൽ, കോൺഗ്രസിന് സമഗ്രാധിപത്യമുള്ള ആദ്യകാലങ്ങളിൽ പ്രവചനങ്ങൾ ഏറക്കുറെ ശരിയാവുമായിരുന്നു. അതുകൊണ്ടുതന്നെ ഇന്ത്യൻ അഭിപ്രായ സർവെ രീതിയുടെ പിതാവായി ഇന്നും കരുതുന്നത് ഇന്ത്യൻ ഇൻസ്റ്റിറ്റ്യൂട്ട് ഓഫ് പബ്ലിക് ഒപ്പീനിയൻ മേധാവിയായിരുന്ന എറിക് ഡാ കോസ്റ്റയെയാണ്.

പ്രൊഫഷണൽ സമീപനങ്ങളോടെയുള്ള സമഗ്രവും ശാസ്ത്രീയവുമായ ആദ്യ സർവെ നടന്നത് 1980 ലെ ലോകസഭാ തിരഞ്ഞെടുപ്പിലാണ്. ഇന്ത്യൻ മാർക്കറ്റ് റിസർച്ച് ബ്യൂറോയാണ് അഭിപ്രായ വോട്ടെടുപ്പ് നടത്തിയത്. തിരഞ്ഞെടുപ്പ് വിശകലന വിദഗ്ധനായ അശോക് ലാഹിരിയുടെ നേതൃത്വത്തിൽ നടന്ന സർവെയുടെ പ്രവചനം ഏറക്കുറെ ശരിയായിരുന്നു. എൺപതുകളിൽ അഭിപ്രായ വോട്ടെടുപ്പുകൾക്ക് കൂടുതൽ ആധികാരികത ലഭിച്ചു. *ഇന്ത്യ ടുഡെ*യ്ക്കുവേണ്ടി പ്രണോയ് റോയിയുടെ നേതൃത്വത്തിൽ എം എ ആർ ജി നടത്തിയ സർവെകൾ ശ്രദ്ധേയമായിരുന്നു. ഏജൻസി കൂടുതൽപേരിൽനിന്ന് സാമ്പിളുകൾ ശേഖരിച്ചു. വോട്ടർമാരുടെ പ്രവണത അറിയുന്നതിനായി ശാസ്ത്രീയമായ ചോദ്യാവലി തയാറായി. 1989 ലെ ലോകസഭാ തിരഞ്ഞെടുപ്പിൽ ഫലം കൃത്യമായി പ്രവചിക്കാൻ പ്രണോയ് റോയിക്ക് സാധിച്ചു. സീറ്റുകളുടെ എണ്ണം കൃത്യമായപ്പോൾത്തന്നെ പാർട്ടികൾക്ക് വിവിധ മേഖലകളിൽനിന്ന് ലഭിച്ച സീറ്റുകൾ പ്രവചിച്ചതിൽ തെറ്റുപറ്റി. 'മാർഗ്' പ്രവചിച്ചതിലേറെ സീറ്റുകൾ ദക്ഷിണേന്ത്യയിൽ കോൺഗ്രസ് നേടി. മാർഗ് പ്രവചിച്ച അത്രയും സീറ്റുകൾ ഉത്തരേന്ത്യയിൽ കോൺഗ്രസിന് നേടാനായില്ല. എങ്കിലും തിരഞ്ഞെടുപ്പ് പ്രവചനങ്ങൾ തിരഞ്ഞെടുപ്പ് രംഗത്തെ ഒരു അവിഭാജ്യഘടകമായി മാറ്റാൻ 1989 ലെ മാർഗിന്റെ പ്രവചനങ്ങൾക്ക് സാധിച്ചു. വോട്ട് രേഖപ്പെടുത്തി ബൂത്തിന് പുറത്തിറങ്ങിയ 77,000 വോട്ടർമാരെ 'മാർഗ്' സംഘം നേരിൽകണ്ട് ആർക്ക് വോട്ട് ചെയ്തെന്ന് ചോദിച്ചു. ഇവർ നൽകിയ മറുപടിയുടെ അടിസ്ഥാനത്തിൽ കോൺഗ്രസിന് 193 സീറ്റുകൾ കിട്ടുമെന്ന് പ്രവചിച്ചു. രണ്ടുദിവസങ്ങൾക്കുശേഷം വോട്ട് എണ്ണിയപ്പോൾ കോൺഗ്രസിന് ലഭിച്ചതാകട്ടെ, 193 സീറ്റുകളും.

1991 ലെ അഭിപ്രായ വോട്ടെടുപ്പുകളിൽ പലതും ഏറക്കുറെ ശരി

യായ പ്രവചനം നടത്തി. കോൺഗ്രസിന് 232 സീറ്റുകളാണ് ലഭിച്ചത്. *ഇന്ത്യാ ടുഡെ* 233 ഉം *ഫ്രണ്ട് ലൈൻ* 224 ഉം *വീക്ക്* 245 മുതൽ 270 വരെ സീറ്റുകളുമാണ് പ്രവചിച്ചിരുന്നത്. കോൺഗ്രസിന് 310 സീറ്റുകൾ വരെ ലഭിക്കുമെന്ന് പ്രവചിച്ച *സൺഡെ മാഗസിൻ* അധികം വൈകാതെ അടച്ചു പൂട്ടേണ്ടിവന്നു. 1991 ൽ ആദ്യഘട്ട പോളിങ് കഴിഞ്ഞതിനുശേഷമാണ് രാജീവ്ഗാന്ധി കൊല്ലപ്പെടുന്നത്. രണ്ടാംഘട്ട തിരഞ്ഞെടുപ്പിൽ സഹ താപതരംഗം ആഞ്ഞുവീശി. ഈ തരംഗത്തിന്റെ പശ്ചാത്തലത്തിലാണ് കോൺഗ്രസിന് 232 സീറ്റുകൾ കിട്ടിയത്. സഹതാപ തരംഗം ഇല്ലായിരു ന്നുവെങ്കിൽ കോൺഗ്രസിന് 190 സീറ്റുകൾ മാത്രമേ കിട്ടുമായിരുന്നുള്ളൂ വെന്ന് പ്രണോയ് റോയ് തന്നെ പിന്നീട് ചൂണ്ടിക്കാണിച്ചിട്ടുണ്ട്. ചുരുക്കി പ്പറഞ്ഞാൽ 1991 ലെ ഒട്ടുമിക്ക പ്രവചനങ്ങളും സാങ്കേതികമായി ശരി യായിരുന്നപ്പോൾത്തന്നെ അവ അടിസ്ഥാനപരമായി തെറ്റായിരുന്നു എന്നുതന്നെ വിവക്ഷിക്കേണ്ടിവരും.

തിരഞ്ഞെടുപ്പ് പ്രവചനങ്ങൾ ഏറ്റവും ദുഷ്കരമായ രാജ്യം ഇന്ത്യ യാണ്. രാജ്യത്തെ ബഹുസ്വരത തന്നെയാണ് പ്രധാന തടസം. പല പ്രദേശങ്ങളിലും ദേശീയതയെക്കാൾ പ്രധാനമാണ് ഉപദേശീയത. പ്രാദേ ശിക വിഷയങ്ങൾക്ക് പലപ്പോഴും ദേശീയ വിഷയങ്ങളെക്കാൾ പ്രാമു ഖ്യം ലഭിക്കുന്നു. പാർട്ടികളുടെ പ്രകടനത്തെക്കാൾ പ്രാധാന്യം സഖ്യ ങ്ങളുടെ ഭദ്രതയ്ക്കാണ്. തിരഞ്ഞെടുപ്പിന്റെ തൊട്ടുമുമ്പുള്ള ദിവസങ്ങളി ലാണ് നിർണായകമായ അടിയൊഴുക്കുകൾ ഉണ്ടാവുക. അതുകൊണ്ടു തന്നെ ചില സൂചനകളെ ആശ്രയിക്കുക മാത്രമാണ് നിർവാഹമുള്ള തെന്ന് *ഇന്ത്യ ഡിസൈഡ്സ്* എന്ന പുസ്തകത്തിൽ പ്രണോയ് റോയ് ചൂണ്ടിക്കാട്ടുന്നു. ഉത്തർപ്രദേശിലെ ഖലീദാബാദ്, ബീഹാറിലെ ഔറംഗാ ബാദ്, പഴയ മധ്യപ്രദേശിലെ ബസ്തർ, കർണാടകത്തിലെ കോലാർ എന്നീ മണ്ഡലങ്ങൾ സൂചകങ്ങളാണ്. ഖലീദാബാദിലും ഔറംഗാബാദിലും കോൺഗ്രസിന് ജയസാധ്യതയുണ്ടെങ്കിൽ രാജ്യത്ത് ഒട്ടാകെ കോൺഗ്ര സിന് 301 മുതൽ 350 വരെ സീറ്റുകൾ ലഭിക്കും. കോലാറിലും ബസ്ത റിലും കോൺഗ്രസ് തോൽക്കാനാണ് സാധ്യതയെങ്കിൽ കോൺഗ്രസിന്റെ പ്രകടനം 100 മുതൽ 150 വരെ സീറ്റുകളിൽ വരെ ചുരുങ്ങും.

പ്രണോയ് റോയ് തൊണ്ണൂറുകളിൽ അവലംബിച്ചിരുന്ന ഇത്തരം സൂചകങ്ങൾ ഇന്ന് അതേപടി ആശ്രയിക്കാനാവില്ല. ഇന്ത്യൻ രാഷ്ട്രീയ ത്തിലെ മാറ്റങ്ങൾക്കനുസരിച്ച് പ്രവചനങ്ങൾ നടത്താൻ ഏജൻസികൾക്ക് സാധിക്കുന്നില്ല എന്നതിന്റെ മികച്ച ഉദാഹരണമാണ് 2004 ലെ ലോകസഭാ തിരഞ്ഞെടുപ്പ് ഫലം. ടെലിവിഷൻ മുഖ്യപ്രചാരണോപാധിയായി മാറിയ തിരഞ്ഞെടുപ്പായിരുന്നു 2004 ലെ ലോകസഭാ തിരഞ്ഞെടുപ്പ്. തിരഞ്ഞെ ടുപ്പ് വാർത്തകൾ, ചർച്ചകൾ, പരസ്യങ്ങൾ തുടങ്ങിയവയെല്ലാം പരമ്പ രാഗത പ്രചാരണ മാർഗങ്ങളെക്കാൾ ജനങ്ങൾ ശ്രദ്ധിക്കാൻ തുടങ്ങി. ഇതിന്റെ പ്രതിഫലനം അഭിപ്രായ സർവെകളിലും എക്സിറ്റ് പോൾ പ്രവചനങ്ങളിലും ഉണ്ടായി. മുഖ്യചാനലുകളെല്ലാം സർവെ ഏജൻസി

കളുമായി ചേർന്ന് പ്രവചനങ്ങൾ നടത്തി. ബി ജെ പി വൻവിജയം നേടുമെന്നും എൻ സി എ വീണ്ടും ഭരിക്കുമെന്നും ചാനലുകളെല്ലാം പ്രവചിച്ചു. എന്നാൽ, തിരഞ്ഞെടുപ്പ് ഫലം നേരെ തിരിച്ചായിരുന്നു. ബി ജെ പി ക്ക് കനത്ത തിരിച്ചടിയേറ്റു. കോൺഗ്രസ് ഏറ്റവും വലിയ ഒറ്റക്കക്ഷിയായി. കോൺഗ്രസ്, ബി ജെ പി ഇതരപാർട്ടികൾ മുഖ്യചാലകശക്തികളായി മാറി. പല സർവെകളും ബി ജെ പിയെ വീണ്ടും അധികാരത്തിലേറ്റാനായി കെട്ടിച്ചമച്ചതാണെന്ന ആരോപണം ഉയർന്നു.

തിരഞ്ഞെടുപ്പ് പ്രവചനങ്ങൾക്കെതിരെ ഉയർന്ന ആരോപണങ്ങളുടെ പശ്ചാത്തലത്തിൽ തിരഞ്ഞെടുപ്പ് കമീഷൻ നിയന്ത്രണങ്ങൾ കൊണ്ടുവന്നു. തിരഞ്ഞെടുപ്പ് വിജ്ഞാപനം പുറപ്പെടുവിച്ചതിനുശേഷം അഭിപ്രായവോട്ടെടുപ്പ് ഫലങ്ങൾ പുറത്തുവിടുന്നത് കമീഷൻ വിലക്കി. എല്ലാ ഘട്ടങ്ങളിലേക്കും വോട്ടെടുപ്പുകൾ പൂർത്തിയായതിനുശേഷം മാത്രമേ എക്സിറ്റ്പോൾ ഫലങ്ങളും പരസ്യപ്പെടുത്താനാവൂ എന്നും കമീഷൻ നിഷ്കർഷിച്ചു. തിരഞ്ഞെടുപ്പ് പ്രവചനങ്ങൾ നൽകുന്ന സൂചനകൾ പൂർണമായും തള്ളിക്കളയാനാവില്ല. അതേസമയം, ഇവയെ പൂർണമായും മുഖവിലയ്ക്കെടുക്കാനുമാവില്ല.

19

ചിഹ്നങ്ങളുടെ ചരിത്രം

ആയിരത്തി തൊള്ളായിരത്തി അമ്പത്തി രണ്ടിൽ ഉത്തർപ്രദേശിലെ അലഹാബാദിലെ തെരുവുകളിൽ നുകംവെച്ച കാളകൾ ഇറങ്ങി. കൃഷിഭൂമി ഉഴുതുമറിക്കുന്നതിനായി എന്തിന് ഇത്രയേറെ കാളകൾ? കോൺഗ്രസിന്റെ തിരഞ്ഞെടുപ്പ് ചിഹ്നമാണ് നുകംവെച്ച കാളയെന്ന് അതിശയത്തോടെ നോക്കിയിരുന്ന തദ്ദേശീയരെ കോൺഗ്രസ് പ്രവർത്തകർ പറഞ്ഞു മനസിലാക്കി. അലഹാബാദിൽ കോൺഗ്രസ് സംഘടിപ്പിച്ച പൊതുയോഗങ്ങളിൽ ജവാഹർലാൽ നെഹ്റുവിനെ വരവേൽക്കാനായി നുകംവെച്ച കാളകളുമായാണ് കോൺഗ്രസ് പ്രവർത്തകർ എത്തിയത്.

കോൺഗ്രസിന്റെ തിരഞ്ഞെടുപ്പ് ചിഹ്നത്തെക്കുറിച്ച് വിശദമായ ചർച്ചകൾ നടന്നിരുന്നു. അക്കാലത്ത് ഒട്ടുമിക്ക ജനങ്ങളും കാർഷികവൃത്തിയെ ആശ്രയിച്ചാണ് ജീവിച്ചിരുന്നത്. സമ്പന്നർ ഭൂഉടമകളും ദരിദ്രർ കർഷകത്തൊഴിലാളികളുമായിരുന്നു. തൊഴിലാളിയും തൊഴിലുടമയും ജീവിതത്തിനായി ഒരുപോലെ നുകംവെച്ച കാളകളെ ആശ്രയിച്ചു. ജനങ്ങളെ ആകർഷിക്കാൻ ഒട്ടും ബുദ്ധിമുട്ടില്ലാത്ത ചിഹ്നമായിരുന്നു നുകംവെച്ച കാള. എങ്കിലും ചിഹ്നത്തിനെതിരെ കോൺഗ്രസ് പ്രവർത്തകർക്കിടയിൽ പരാതികൾ ഉയർന്നു. ഭിത്തികളിൽ എളുപ്പത്തിൽ വരയ്ക്കാവുന്ന ചിഹ്നമായിരുന്നില്ല ഇത്. കമ്യൂണിസ്റ്റുപാർട്ടിയുടെ അരിവാൾ കതിരും ജനസംഘത്തിന്റെ ദീപവും പാർട്ടി പ്രവർത്തകർക്ക് എളുപ്പത്തിൽ വരയ്ക്കാൻ സാധിച്ചിരുന്നു. കോൺഗ്രസിനാകട്ടെ, ചിഹ്നം വരയ്ക്കാൻ ചിത്രകാരന്മാരെ ആശ്രയിക്കേണ്ടിവന്നു.

ഇന്ത്യൻ നാഷണൽ കോൺഗ്രസ് 1969 ൽ നെടുകെ പിളർന്നു. ഇന്ദിരാപക്ഷവും ഇന്ദിരാവിരുദ്ധ പക്ഷവും രണ്ട് പാർട്ടികളായി. ഇന്ത്യൻ നാഷണൽ കോൺഗ്രസ് എന്ന പേര് ഇന്ദിരാഗാന്ധി പക്ഷത്തിന് അവകാശ

പ്പെട്ടതാണെന്ന് തിരഞ്ഞെടുപ്പ് കമീഷൻ ഉത്തരവിട്ടു. കമീഷന്റെ ഉത്തരവ് പിന്നീട് സുപ്രീംകോടതി ശരിവെച്ചു. നിജലിംഗപ്പയുടെ നേതൃത്വത്തിലുള്ള വിഭാഗം ഇന്ത്യൻ നാഷണൽ കോൺഗ്രസ് (സംഘടന) ആയി മാറി. എന്നാൽ, ഇരുപാർട്ടികൾക്കും പാർട്ടിയുടെ ഔദ്യോഗിക തിരഞ്ഞെടുപ്പു ചിഹ്നമായ നുകംവെച്ച കാള കിട്ടിയില്ല. ഇരുകൂട്ടരും പുതിയ ചിഹ്നങ്ങൾക്കായുള്ള ആലോചനകൾ തുടങ്ങി. പശു അക്കാലത്ത് കാർഷിക വൃത്തിയിലുമുപരി ഹിന്ദുമത വിശ്വാസത്തിന്റെ കൂടി പ്രതീകമായിരുന്നു. ഗോഹത്യ നിരോധിക്കണം എന്ന ആവശ്യം അക്കാലത്ത് സജീവമായി. ഗുൽസാരിലാൽ നന്ദയടക്കമുള്ള കോൺഗ്രസിലെ ഒരുവിഭാഗം പ്രമുഖ നേതാക്കൾ പരസ്യമായിത്തന്നെ ഈ ആവശ്യം ഉന്നയിച്ചു. അക്കാലത്ത് സോഷ്യലിസ്റ്റ് ആശയങ്ങൾ ഉയർത്തിപ്പിടിച്ചിരുന്ന ഇന്ദിരാഗാന്ധി കടുത്ത ഹിന്ദുമതവിശ്വാസികൾ തന്നിൽനിന്ന് അകലുമോയെന്ന് ആശങ്കപ്പെട്ടിരുന്നു. ഇതെല്ലാം കണക്കിലെടുത്താണ് പശുവും കിടാവുമെന്ന ചിഹ്നം കോൺഗ്രസ് തെരഞ്ഞെടുത്തത്. സംഘടനാ കോൺഗ്രസിന്റെ തിരഞ്ഞെടുപ്പ് ചിഹ്നം ചർക്കയും സ്ത്രീയുമായിരുന്നു. ചർക്ക മഹാത്മാഗാന്ധി മുന്നോട്ടുവെച്ച സ്വാശ്രയ ശീലത്തിന്റെ പ്രതീകമാണ്. ചർക്കയിലൂടെ തങ്ങളാണ് യഥാർഥ കോൺഗ്രസ് എന്ന പ്രതീതി ഉണ്ടാക്കാൻ സംഘടനാ കോൺഗ്രസ് ശ്രമിച്ചു.

1977 ലെ ലോകസഭാ തിരഞ്ഞെടുപ്പിലെ കനത്ത തിരിച്ചടിക്കുശേഷം ഇന്ത്യൻ നാഷണൽ കോൺഗ്രസ് വീണ്ടും പിളർന്നു. ഇന്ദിരാപക്ഷവും ബ്രഹ്മാനന്ദറെഡ്ഡി നേതൃത്വം നൽകിയ വിഭാഗവും രണ്ട് പാർട്ടികളായി. ഇന്ദിരാവിരുദ്ധ വിഭാഗത്തിന്റെ നേതൃത്വം കർണാടകത്തിലെ ദേവരാജ് അരശ് ഏറ്റെടുത്തതോടെ പുതിയ പാർട്ടി കോൺഗ്രസ് (യു) എന്ന പേര് ഔദ്യോഗികമായി നേടി. ഇന്ദിരാപക്ഷത്തിന്റെ കോൺഗ്രസ് (ഇന്ദിര) അഥവാ കോൺഗ്രസ് (ഐ) ആയി മാറി. ഇന്ദിരാ കോൺഗ്രസിന് കൈപ്പത്തിയും കോൺഗ്രസ് (യു)വിന് ചർക്കയും ചിഹ്നങ്ങളായി ലഭിച്ചു.

പാലക്കാട് കൽപ്പാത്തി ക്ഷേത്രത്തിലെ പ്രതിഷ്ഠ കൈപ്പത്തിയാണ്. കൈപ്പത്തി പ്രതിഷ്ഠ കണ്ട കെ കരുണാകരന്റെ ഉപദേശപ്രകാരമാണ് ഇന്ദിരാഗാന്ധി കൈപ്പത്തിചിഹ്നം തെരഞ്ഞെടുത്തതെന്നൊരു വാദമുണ്ട്. അതേസമയം ആന്ധ്രയിലെ പല ക്ഷേത്രങ്ങളിലും കൈപ്പത്തി പ്രതിഷ്ഠയുണ്ട്. ആന്ധ്രയിലെ കോൺഗ്രസ് നേതാക്കളുടെ അഭ്യർഥന മാനിച്ചാണ് ഇന്ദിര കൈപ്പത്തി തെരഞ്ഞെടുത്തതെന്നാണ് മറ്റൊരു വാദം. കൈപ്പത്തി ഔദ്യോഗിക ചിഹ്നമായി അംഗീകരിച്ചതിനുശേഷം ഇന്ദിരാഗാന്ധി പാലക്കാട് കൽപ്പാത്തി ക്ഷേത്രം സന്ദർശിച്ചിരുന്നു. മുൻചിഹ്നങ്ങളെ അപേക്ഷിച്ച് കൈപ്പത്തി വരയ്ക്കാനും ജനങ്ങളിലെത്തിക്കാനും വളരെ എളുപ്പമുള്ള ചിഹ്നമായിരുന്നു.

അരിവാൾ കതിരായിരുന്നു അവിഭക്ത കമ്യൂണിസ്റ്റ് പാർട്ടിയുടെ ചിഹ്നം. കർഷകരെയും കർഷകത്തൊഴിലാളികളെയും ആകർഷിക്കാൻ ചിഹ്നത്തിന് സാധിച്ചു. 1964 ൽ കമ്യൂണിസ്റ്റുപാർട്ടി പിളർന്നു. അരിവാൾ കതിർ സി പി ഐയ്ക്ക് തന്നെ ലഭിച്ചു. പുതിയ പാർട്ടിയായ സി പി ഐ (എം)ന് അരിവാൾ ചുറ്റിക നക്ഷത്രം എന്ന പുതിയ ചിഹ്നം ലഭിച്ചു. സാർവദേ

ശീയ കമ്യൂണിസ്റ്റ് പ്രസ്ഥാനത്തിന്റെ ഔദ്യോഗിക ചിഹ്നവുമായി നല്ല സാദൃശ്യമുള്ള ചിഹ്നമാണിത്.

തിരഞ്ഞെടുപ്പ് ചിഹ്നങ്ങളുടെ ചരിത്രത്തിൽ കലപ്പയേന്തിയ കർഷകന് നിർണായക സ്ഥാനമുണ്ട്. 1977 വരെ ഭാരതീയ ലോക്ദളിന്റെ ചിഹ്നമായിരുന്നു കലപ്പയേന്തിയ കർഷകൻ. അടിയന്തരാവസ്ഥയ്ക്കുശേഷം 1977 ൽ നടന്ന ലോകസഭാ തിരഞ്ഞെടുപ്പിൽ ഒരുമിച്ച് മത്സരിക്കാൻ ഭാരതീയ ലോക്ദൾ, സംഘടനാ കോൺഗ്രസ്, സോഷ്യലിസ്റ്റ് പാർട്ടി, ജനസംഘം എന്നീ പാർട്ടികൾ തീരുമാനിച്ചു. നാല് പാർട്ടികൾ ചേർന്നുള്ള പുതിയ പാർട്ടിക്ക് ജനതാപാർട്ടി എന്ന് പേരിട്ടു. എന്നാൽ, ഈ പാർട്ടികൾ ഔദ്യോഗികമായി ലയിച്ചില്ല. അതുകൊണ്ടുതന്നെ തിരഞ്ഞെടുപ്പിൽ മത്സരിക്കാൻ പൊതുചിഹ്നം ലഭിച്ചില്ല. ഭാരതീയ ലോക്ദളിന്റെ ചിഹ്നമായ കലപ്പയേന്തിയ കർഷകൻ ചിഹ്നത്തിൽ ജനതാപാർട്ടി സ്ഥാനാർഥികൾ മത്സരിച്ചു. അതുവരെ ജനസംഘത്തിന്റെ ചിഹ്നമായ ദീപത്തിൽ മത്സരിച്ചിരുന്നു. സംഘപരിവാറുകാർ ആ തിരഞ്ഞെടുപ്പിൽ മത്സരിച്ചത് കലപ്പയേന്തിയ കർഷകൻ എന്ന ചിഹ്നത്തിലായിരുന്നു.

1980 ൽ ജനതാപാർട്ടി പിളർന്നു. ചന്ദ്രശേഖർ നേതൃത്വം നൽകുന്ന വിഭാഗം, എ ബി വാജ്പേയി നേതൃത്വം നൽകുന്ന വിഭാഗം എന്നിങ്ങനെ ആയിരുന്നു ആദ്യ പിളർപ്പ്. പഴയ ജനസംഘക്കാർ ചേർന്ന് ബി ജെ പി എന്ന പുതിയ പാർട്ടി രൂപീകരിച്ചു. പുതിയ പാർട്ടിക്ക് താമര ചിഹ്നം ലഭിച്ചു. ഔദ്യോഗിക ജനതാപാർട്ടിക്ക് ലഭിച്ച ചിഹ്നം കുടയായിരുന്നു. ജനതാപാർട്ടി വളരെ പെട്ടെന്നുതന്നെ വീണ്ടും പിളർന്നു. ജനതാപാർട്ടി രാജ്നാരായൺ വിഭാഗം, ജനതാപാർട്ടി ചരൺസിങ് വിഭാഗം എന്നിങ്ങനെ ആയിരുന്നു പിളർപ്പ്. രാജ്നാരായൺ വിഭാഗത്തിന് സൈക്കിൾ ചിഹ്നവും ചരൺസിങ് വിഭാഗത്തിന് സ്ത്രീ ചിഹ്നവും ലഭിച്ചു.

പല കഷണങ്ങളായി പിരിഞ്ഞ സോഷ്യലിസ്റ്റുകൾ 1989 ൽ വീണ്ടും യോജിച്ചു. കോൺഗ്രസ് വിട്ടുവന്ന വി പി സിങ്ങിന്റെ നേതൃത്വത്തിലുള്ള നേതാക്കളും ഇവരോടൊപ്പം ചേർന്ന് പുതിയ പാർട്ടി രൂപീകരിച്ചു. 'ചക്രം' ചിഹ്നമാണ് ജനതാദളിന് ലഭിച്ചത്. ലാളിത്യമുള്ള ചിഹ്നമായ ചക്രം വളരെ പെട്ടെന്ന് ജനപ്രിയമായി. ദൂരദർശൻ *മഹാഭാരതം* എന്ന ജനപ്രിയ സീരിയൽ സംപ്രേഷണം ചെയ്തിരുന്ന സമയമായിരുന്നു അത്. സീരിയലിന്റെ തുടക്കത്തിൽ ചക്രം തിരിച്ചുകൊണ്ട് എത്തിയിരുന്ന കാലപുരുഷൻ കഥയുടെ സാരാംശം പറയുമായിരുന്നു. തിരഞ്ഞെടുപ്പുകാലത്തെ 'ചക്രം' കറക്കൽ അപകടകരമാണെന്ന് രാജീവ്ഗാന്ധി തിരിച്ചറിഞ്ഞു. തിരഞ്ഞെടുപ്പ് അവസാനിക്കുന്നതുവരെ ചക്രം കാണിക്കാതെയാണ് കാലപുരുഷൻ കഥ പറഞ്ഞത്.

ദേശീയ പാർട്ടികൾക്ക് ദേശീയതലത്തിലും സംസ്ഥാന പാർട്ടികൾക്ക് സംസ്ഥാനതലത്തിലും പ്രത്യേകം ചിഹ്നങ്ങൾ തിരഞ്ഞെടുപ്പ് കമീഷൻ നൽകുന്നു. 1952 ൽ 14 ദേശീയ പാർട്ടികൾ ഉണ്ടായിരുന്നു. ഇപ്പോൾ ദേശീയ പാർട്ടികളുടെ എണ്ണം ഏഴ് ആണ്. എന്നാൽ,

സംസ്ഥാന പാർട്ടികളുടെ എണ്ണം 356 ആയി കുതിച്ചുയർന്നു. നാല് സംസ്ഥാനങ്ങളിലെങ്കിലും സംസ്ഥാന പാർട്ടികളാവാൻ യോഗ്യതയുള്ള പാർട്ടികൾക്കാണ് ദേശീയ പാർട്ടിയെന്ന അംഗീകാരം ലഭിക്കുക. കോൺഗ്രസ് ഐ (കൈപ്പത്തി), ബി ജെ പി (താമര), സി പി ഐ(എം) (അരിവാൾ ചുറ്റിക നക്ഷത്രം), സി പി ഐ (അരിവാൾ കതിർ), ബി എസ് പി (ആന), എൻ സി പി (ക്ലോക്ക്), ആർ ജെ ഡി (റാന്തൽ) എന്നിവയാണ് ഇപ്പോൾ നിലവിലുള്ള ദേശീയ പാർട്ടികൾ. ഈ പാർട്ടികളുടെ ചിഹ്നങ്ങളിൽ ദേശീയ തലത്തിലോ സംസ്ഥാന തലത്തിലോ മറ്റാർക്കും മത്സരിക്കാനാകില്ല.

സംസ്ഥാന പാർട്ടികൾക്ക് സംസ്ഥാനങ്ങളിൽ മത്സരിക്കാൻ പ്രത്യേക ചിഹ്നങ്ങൾ അനുവദിക്കുന്നു. ഒരു സംസ്ഥാനത്ത് ഒരു പാർട്ടിക്ക് ലഭിച്ച ചിഹ്നത്തിൽ മറ്റാർക്കും മത്സരിക്കാനാകില്ല. എന്നാൽ, മറ്റ് സംസ്ഥാനങ്ങളിൽ ഇതര ചിഹ്നത്തിൽ മറ്റ് പാർട്ടികൾക്കും സ്വതന്ത്രർക്കും മത്സരിക്കാം. യു പിയിൽ സമാജ്‌വാദി പാർട്ടിയുടെ ചിഹ്നം സൈക്കിളാണ്. ആന്ധ്രയിലെ സംസ്ഥാന പാർട്ടിയായ തെലുങ്കു ദേശത്തിന്റെ ചിഹ്നവും സൈക്കിൾ തന്നെയാണ്. തെലുങ്കു ദേശത്തിന് യു പിയിൽ സൈക്കിൾ ചിഹ്നത്തിലോ, സമാജ്‌വാദി പാർട്ടിക്ക് ആന്ധ്രയിൽ സൈക്കിൾ ചിഹ്നത്തിലോ മത്സരിക്കാനാവില്ല. ഒന്നിലധികം സംസ്ഥാന പാർട്ടികൾക്ക് ഓരോ ചിഹ്നങ്ങൾ തിരഞ്ഞെടുപ്പ് കമീഷൻ നൽകിയിട്ടുണ്ട്. സൈക്കിൾ (സമാജ്‌വാദി പാർട്ടി, തെലുങ്കുദേശം പാർട്ടി), രണ്ടില (അസം ഗണപരിഷത്ത്, കേരള കോൺഗ്രസ് - എം), അമ്പും വില്ലും (ശിവസേന, ഝാർഖണ്ഡ്, മുക്തി മോർച്ച) എന്നിവയാണ് ഈ ചിഹ്നങ്ങൾ.

തിരഞ്ഞെടുപ്പ് സവിശേഷതകൾ

വൻഭൂരിപക്ഷങ്ങൾ

വർഷം	വിജയി	മണ്ഡലം	ഭൂരിപക്ഷം
2004	അനിൽബസു സി പി ഐ(എം)	ആരംബാഗ് (പശ്ചിമബംഗാൾ)	5,92,502
1991	പി വി നരസിംഹറാവു കോൺഗ്രസ്(ഐ)	നന്ദ്യാൽ (ആന്ധ്രാപ്രദേശ്)	5,80,297
2011	ജഗമോഹൻ റെഡ്ഢി (YSR കോൺഗ്രസ്)	കടപ്പ (ആന്ധ്രാപ്രദേശ്)	5,45,672
1989	രാംവിലാസ് പാസ്വാൻ (ജനതാദൾ)	ഹാജിപ്പൂർ	5,04,448

20

വോട്ടിങ് രീതികൾ

ആദ്യ തിരഞ്ഞെടുപ്പ് കമീഷണറായിരുന്ന സുകുമാർ സെന്നാണ് 1952 ൽ ആദ്യ വോട്ടിങ് രീതി തയാറാക്കിയത്. ഓരോ സ്ഥാനാർഥികൾക്കും ഓരോ ബാലറ്റ് പെട്ടികൾ വീതം സജ്ജമാക്കാനായിരുന്നു തീരുമാനം. ഒരു മണ്ഡലത്തിൽ മൂന്ന് സ്ഥാനാർഥികൾ ഉണ്ടെന്നിരിക്കട്ടെ, ആ മണ്ഡലത്തിലെ ബൂത്തുകളിൽ മൂന്ന് ബാലറ്റ് പെട്ടികൾ വീതം ഉണ്ടാവും. ഓരോ പെട്ടിക്ക് മുകളിലും സ്ഥാനാർഥിയുടെ പേരും ചിഹ്നവും ഉണ്ടാകും. ഇഷ്ടമുള്ള സ്ഥാനാർഥിക്ക് വോട്ട് രേഖപ്പെടുത്തിയശേഷം സ്ഥാനാർഥിയുടെ പെട്ടിയിൽ ബാലറ്റ് പേപ്പറിടാം. തിരഞ്ഞെടുപ്പിന്റെ രഹസ്യസ്വഭാവം അന്യംനിൽക്കുന്നതായിരുന്നു ഈ സംവിധാനം. ഓരോ വോട്ടറും ആർക്ക് വോട്ട് ചെയ്തെന്ന് വളരെ എളുപ്പത്തിൽ മനസിലാക്കാൻ സാധിക്കും. ഭീഷണിപ്പെടുത്തിയും സ്വാധീനിച്ചും ഈ സംവിധാനത്തിലൂടെ വോട്ടർമാരെക്കൊണ്ട് വോട്ട് ചെയ്യിക്കാനാവും. മാത്രമല്ല, പോളിങ് കഴിയുമ്പോൾ തന്നെ ഓരോ ബൂത്തിലും ഓരോ സ്ഥാനാർഥിക്കും കിട്ടിയ വോട്ടുകൾ എത്രയെന്ന് മനസിലാക്കാൻ കഴിയുമായിരുന്നു.

അശാസ്ത്രീയമായ വോട്ടിങ് രീതി 1962 ൽ അവസാനിപ്പിച്ചു. ഒറ്റ ബാലറ്റ്പെട്ടിയിൽ എല്ലാവരും ബാലറ്റ് പേപ്പറുകൾ ഇടണമെന്ന നിർദേശം വന്നു. അതോടെ വോട്ടിങ്ങിലെ രഹസ്യസ്വഭാവം കാത്തുസൂക്ഷിക്കാനായി. ഓരോ ബാലറ്റ് പെട്ടിയും തുറന്നതിനുശേഷം ബാലറ്റ് പേപ്പറുകൾ വേർതിരിച്ചെടുത്ത് ഓരോ സ്ഥാനാർഥികൾക്കും ലഭിച്ച വോട്ടുകൾ എണ്ണിത്തിട്ടപ്പെടുത്തുന്നതായിരുന്നു പുതിയ രീതി.

സ്ഥാനാർഥികളുടെ എണ്ണം വൻതോതിൽ പെരുകുന്നത് ഏറെ ബുദ്ധിമുട്ടുണ്ടാക്കി. പലയിടങ്ങളിലും വർത്തമാനപത്രങ്ങളേക്കാൾ വലുപ്പമുള്ള ബാലറ്റ് പേപ്പറുകൾ ഉണ്ടായി. വോട്ടെണ്ണി തീരാൻ ദിവസങ്ങളെ

ടുത്തു. ഈ സാഹചര്യത്തിലാണ് ഇലക്ട്രോണിക് വോട്ടിങ് മെഷീന്റെ സാധ്യത ആരാഞ്ഞത്. 1981 ൽ കേരളത്തിൽ പറവൂർ മണ്ഡലത്തിൽ നടന്ന നിയമസഭാ തിരഞ്ഞെടുപ്പിൽ അമ്പത് ബൂത്തുകളിൽ ഇലക്ട്രോണിക് വോട്ടിങ് മെഷീനുകൾ പരീക്ഷിച്ചു. എന്നാൽ, ഇലക്ട്രോണിക് വോട്ടിങ്ങിനെതിരെ പല കേന്ദ്രങ്ങളിൽനിന്നും എതിർപ്പുയർന്നു. ദീർഘകാലത്തെ ചർച്ചകൾക്കും പരിശോധനകൾക്കുംശേഷം 1999 ലെ ലോകസഭാ തിരഞ്ഞെടുപ്പിൽ ഭാഗികമായും 2004 ലെ ലോകസഭാ തിരഞ്ഞെടുപ്പിൽ പൂർണമായും ഇലക്ട്രോണിക് വോട്ടിങ് മെഷീൻ നടപ്പിലാക്കി. അതോടെ തിരഞ്ഞെടുപ്പ് പ്രക്രിയ എളുപ്പമായി. എന്നാൽ ഇപ്പോഴും പൂർണമായും സുതാര്യമാണെന്ന് പറയാനാവില്ല. സുതാര്യത ഉറപ്പുവരുത്തുന്നതിനായി തിരഞ്ഞെടുപ്പ് കമീഷൻ വോട്ടർ ഓഡിറ്റിങ് സംവിധാനം പുതിയതായി കൊണ്ടുവന്നിട്ടുണ്ട്. വോട്ട് രേഖപ്പെടുത്തിയതിനുശേഷം വോട്ടർക്ക് തിരഞ്ഞെടുപ്പ് ഉദ്യോഗസ്ഥൻ ഒരു പ്രത്യേക പേപ്പർ നൽകും. വോട്ടിങ് മെഷീനിൽനിന്ന് വരുന്ന ഈ പേപ്പറിൽ വോട്ടർ ആർക്കാണ് വോട്ട് ചെയ്തതെന്ന് കാണിച്ചിട്ടുണ്ടാകും. എന്നാൽ, ഈ പേപ്പർ പരിശോധിച്ചതിനുശേഷം വോട്ടർ തിരഞ്ഞെടുപ്പ് ഉദ്യോഗസ്ഥർക്ക് തിരിച്ചു നൽകണം.

നേരത്തെ ഇലക്ട്രോണിക് വോട്ടിങ് സംവിധാനം നിലവിലുണ്ടായിരുന്ന ചില രാജ്യങ്ങൾ ഇപ്പോൾ പേപ്പർ വോട്ടിങ്ങിലേക്ക് തിരിച്ചു പോയിട്ടുണ്ട്. അയർലണ്ട്, ഹോളണ്ട്, ജർമനി എന്നിവയാണ് ഈ രാജ്യങ്ങൾ. കമ്പ്യൂട്ടർ ഹാക്കിങ്ങിന്റെ കാലത്ത് ഇലക്ട്രോണിക് വോട്ടിങ് സുതാര്യമാവില്ലെന്ന കാരണം പറഞ്ഞാണ് ഇവർ പേപ്പർ വോട്ടിങ്ങിലേക്ക് മടങ്ങിയിരിക്കുന്നത്.

www.ingramcontent.com/pod-product-compliance
Ingram Content Group UK Ltd.
Pitfield, Milton Keynes, MK11 3LW, UK
UKHW011346160826
14477UKWH00022B/290

9 789383 432677